പല്സ: ജീവന്റെ ഉത്ഭവം COLOR

വിവേക് കുമാർ പാണ്ഡെ
ശംഭുനാഥ്

പല്സ: ജീവന്റെ ഉത്ഭവം എല്ലാത്തിനുമുപരി, പൾസയുടെ സത്യം എന്തായിരുന്നു? ജീവജാലങ്ങൾക്കെതിരെ കുറ്റകൃത്യങ്ങൾ ചെയ്യുന്നത് പാപമാണ്. 100 വർഷത്തെ തപസ്സ് എങ്ങനെ തകർന്നു? എന്തുകൊണ്ടാണ് മഹാവിഷ്ണു തന്നെ സാധുവിന്റെ രൂപത്തിൽ വരേണ്ടി വന്നത്. ദശലക്ഷക്കണക്കിന് മൃഗങ്ങളുടെയും മൃഗങ്ങളുടെയും ജീവൻ ഭീഷണിപ്പെടുത്തുന്നു, ആരാണ് അവരുടെ ജീവൻ രക്ഷിക്കുക? ഞങ്ങൾ നിങ്ങളെ ഒരു സാങ്കൽപ്പിക സ്രഷ്ടാവിന്റെ ലോകത്തേക്ക് കൊണ്ടുപോകും. ഈ പുസ്തകം എഴുതുമ്പോൾ ഒരു വ്യക്തിക്കും സമൂഹത്തിനും സംസ്കാരത്തിനും മുറിവേറ്റിട്ടില്ല. വിവേക് കുമാർ പാണ്ഡെ ശംഭുനാഥ് എഴുതിയ ഒരു സാങ്കൽപ്പിക കഥയാണിത്.

ഉള്ളടക്കം

ആമുഖം

- **രചയിതാവിന്റെ ജീവചരിത്രം**

എന്റെ പേര് വിവേക് കുമാർ പാണ്ഡെ, ഞാൻ ഒരു എഴുത്തുകാരനാണ്, ഞാൻ ഗുജറാത്തിലെ സൂറത്തിലാണ് താമസിക്കുന്നത്, 2002 സെപ്റ്റംബർ 30 നാണ് ഞാൻ ജനിച്ചത്, കുട്ടിക്കാലം മുതൽ ഒരു നടനാകാൻ ഞാൻ സ്വപ്നം കാണുന്നു, ഇപ്പോഴും ചെയ്യുന്നു. ആളുകൾ എന്താണ് ചെയ്യുന്നതെന്ന് ഞാൻ ഒരിക്കലും ചിന്തിക്കുന്നില്ല, ഞാൻ ചെയ്യുന്നത് ഞാൻ ചെയ്യുന്നു, ഞാൻ ഇന്ന് വിജയിക്കുന്നു, അതിനാൽ അവൻ ഇന്ന് തന്റെ പിതാവ് കാരണം ജീവിച്ചിരുന്നെങ്കിൽ, അവൻ വളരെ സന്തോഷവാനായിരുന്നു, അവൻ എപ്പോഴും എന്നോടൊപ്പം ഉണ്ടായിരിക്കും. എന്റെ യഥാർത്ഥ ജീവിതത്തിലെ സൂപ്പർസ്റ്റാറും സൂപ്പർഹീറോയും എന്റെ പ്രിയപ്പെട്ട പപ്പയാണ്. ഞാൻ നിന്നെ സ്നേഹിക്കുന്നു പപ്പാ എന്റെ കയ്യിലെ ചായ പപ്പയ്ക്ക് വളരെ ഇഷ്ടമായിരുന്നു.

ചായ കുടിക്കണമെന്ന് തോന്നിയപ്പോൾ അവൻ പറയുമായിരുന്നു. എനിക്ക് ചായ കുടിക്കണം, ആരു ഉണ്ടാക്കും, അമ്മ പറയുന്നു, ഞാൻ ഉണ്ടാക്കും, പക്ഷേ എന്റെ മകൻ അത് ഉണ്ടാക്കുമെന്ന് മകൻ പറയുന്നില്ല. അവന്റെ കയ്യിലെ ചായ എനിക്ക് വളരെ ഇഷ്ടമാണ്. ഞാൻ ജോലി കഴിഞ്ഞ് വരുമ്പോൾ, ഞാൻ വിവേകിനെ മകനെ വിളിച്ചു, നീ എന്ത് കഴിക്കുമെന്ന് എന്നോട് പറയുക, ആപ്പിൾ എടുക്കുക. ഞാൻ പറഞ്ഞു ശരി അത് എടുക്കൂ അച്ഛാ. ഒരു കിലോ അല്ലെങ്കിൽ 2 കിലോ എത്രയെന്ന് പപ്പ പറയും. ഞാൻ പറയുന്നു ഇല്ല, പപ്പ എന്നിൽ മാത്രമേ കഴിക്കൂ, സഹോദരനും

സഹോദരിക്കും പഴങ്ങൾ ഇഷ്ടമല്ല, അതിനാൽ 3 ആപ്പിൾ എടുക്കുക.

പക്ഷേ പപ്പ എനിക്കായി രണ്ടും മൂന്നും കിലോ പഴങ്ങൾ കൊണ്ടുവരുമായിരുന്നു. ആദ്യം എന്നെ കൊണ്ടുപോകൂ എന്നിട്ട് വിളിക്കൂ. എപ്പോഴും ഇത് ചെയ്യാറുണ്ടായിരുന്നു.

എന്നെ വളരെയധികം സ്നേഹിക്കുകയും ബഹുമാനിക്കുകയും ചെയ്തുവെന്ന് ഞാൻ പറയുന്നില്ല. അവൻ തന്റെ മൂന്ന് മക്കളെ സ്നേഹിച്ചു. ഞാൻ വീട്ടിലെ ഏറ്റവും ഇളയവനായിരുന്നു, എന്റെ സഹോദരി എന്നേക്കാൾ മൂത്തതാണ്, എന്റെ സഹോദരൻ എന്റെ സഹോദരിയേക്കാൾ മൂത്തതാണ്. പപ്പ എനിക്കായി എന്തെങ്കിലും കൊണ്ടുവരുന്ന ദിവസത്തിനായി ഞാൻ ഇപ്പോഴും കാത്തിരിക്കുകയാണ്. ആ ശബ്ദം കേൾക്കാൻ എന്റെ കാതുകൾ കൊതിക്കുന്നു. എന്നാൽ എന്തൊക്കെ പോയാലും തിരിച്ചുവരില്ല എന്നാണ് പറയപ്പെടുന്നത്. നിങ്ങളുടെ അമ്മയെയും അച്ഛനെയും പരിപാലിക്കാൻ നിങ്ങളോട് എല്ലാവരോടും അഭ്യർത്ഥിക്കുന്നു.ലോകത്തിൽ ഒരേയൊരു ദൈവം മാത്രമേയുള്ളൂ, അത് അമ്മയും അച്ഛനുമാണ്.

കുട്ടിക്കാലത്ത് ഞാൻ വളരെ വികൃതിയായിരുന്നു. ചെറുപ്പം മുതലേ പുസ്തകങ്ങൾ എഴുതാനുള്ള ആഗ്രഹം ഉണ്ടായിരുന്നു. ഞാൻ മൂന്നാം ക്ലാസ്സിൽ പഠിക്കുമ്പോൾ. അന്നുമുതൽ ഞാൻ പുസ്തകങ്ങൾ എഴുതുകയും ഞങ്ങൾ രണ്ടുപേരും പുസ്തകം എഴുതി എല്ലാവരെയും കാണിക്കുകയും എന്റെ പുസ്തകം ഇഷ്ടപ്പെട്ടാൽ ഒപ്പിടൂ എന്ന് പറയുകയും ചെയ്തു. ആരുടെയും കാര്യങ്ങളിൽ ഞാൻ നിൽക്കാറില്ല എന്ന ഒരു പ്രത്യേകത എന്നിൽ ഉണ്ട്. ആരാണ് എന്താണ് ചെയ്യുന്നത്, ഞാൻ അത് ചെയ്യട്ടെ, ഞാൻ കാര്യമാക്കുന്നില്ല. ഞാൻ എന്നിൽ മാത്രം ശ്രദ്ധ കേന്ദ്രീകരിക്കാൻ ആഗ്രഹിക്കുന്നു.

കാരണം സ്വയം എന്തെങ്കിലും ചെയ്യാൻ ആഗ്രഹിക്കാത്തവരും മറ്റുള്ളവരെ എന്തെങ്കിലും ചെയ്യാൻ അനുവദിക്കാത്തവരുമായ ആളുകൾ ലോകത്തിലുണ്ട്. ഒരു കാര്യം മനസ്സിൽ വയ്ക്കുക, നിങ്ങൾ എന്തെങ്കിലും പുതിയ ജോലി ചെയ്താൽ, ആളുകൾ നിങ്ങളെ എപ്പോഴും പരിഹസിക്കുന്നു. ഇത് ചെയ്യരുത്, അത് ചെയ്യരുത്, ഇത് നിങ്ങളുടെ കാര്യമല്ല, നിങ്ങൾക്ക് കഴിയില്ല. ആളുകൾ എന്തിനാണ് ഇത്രയധികം നിർദ്ദേശിക്കുന്നതെന്ന് എനിക്ക് മനസ്സിലാകുന്നില്ല. എന്ത് ചെയ്യാനാഗ്രഹിക്കുന്നുവോ അത് അവിടെ ചെയ്യും.

മറ്റുള്ളവരുടെ ഇംഗിതത്തിന് വഴങ്ങി ഇത് ചെയ്യുന്നവർ ധാരാളമുണ്ട്, എന്നാൽ ഞാൻ നിങ്ങളോട് പറയുന്നത് നിങ്ങൾ ചെയ്യുന്നതെന്തും ചെയ്യൂ, ആരുടെയും നിർദ്ദേശത്തിന് വഴങ്ങി കുഴിയിൽ ചാടരുത്. നിങ്ങളുടെ ജീവിതം നിങ്ങളുടെ കൈകളിലാണ്, ആളുകളുടെ കൈകളിലല്ല. ഒരു പേരു സമ്പാദിച്ച് അച്ഛന്റെ നടക്കാത്ത സ്വപ്നം സാക്ഷാത്കരിക്കണം എന്ന ഒറ്റ സ്വപ്നമേ ഉള്ളൂ.

1

പല്സ: ജീവന്റെ ഉത്ഭവം Color

•

പല്സ: ജീവന്റെ ഉത്ഭവം

കുറിപ്പ്:

ഈ കഥ എഴുതുമ്പോൾ ഒരു മതത്തെയും ജാതിയെയും കുടുംബാംഗങ്ങളെയും ഉപദ്രവിച്ചിട്ടില്ല. ഒരു മതത്തെയും ജാതിയെയും സമൂഹത്തെയും സംസ്കാരത്തെയും വ്രണപ്പെടുത്താൻ ഞങ്ങൾ ആഗ്രഹിക്കുന്നില്ല. ശ്രീ വിവേക് കുമാർ പാണ്ഡെ ശംഭുനാഥ് ജിയാണ് ഈ പുസ്തകം എഴുതിയിരിക്കുന്നത്.

കഥ തുടങ്ങാം, അവസാനം ചില പ്രത്യേക ചരിത്രം എഴുതിയിട്ടുണ്ട്, അതും വായിക്കണം. എന്തുകൊണ്ടാണ് നിങ്ങൾ ഈ കഥ അവസാനം വരെ വായിക്കുകയും എല്ലാവരുടെയും ജന്മദിന സമ്മാനത്തോടൊപ്പം ഈ പുസ്തകം പങ്കിടുകയും ചെയ്യേണ്ടത്. വാക്കുകളുടെയും ഭാവനയുടെയും ലോകത്തേക്ക് നിങ്ങൾ എപ്പോഴെങ്കിലും

കടന്നുപോയിട്ടുണ്ടോ? വായനയുടെ ഹോബി ഏറ്റെടുക്കുക, പുസ്തകങ്ങൾ നിങ്ങളെ ആശ്ചര്യപ്പെടുത്തുന്ന ഒരു അതുല്യമായ ലോകത്തിലെ ജീവിതത്തിന്റെ സമ്മർദ്ദത്തിൽ നിന്നും വേവലാതികളിൽ നിന്നും അകറ്റും. കുറച്ച് സമയത്തേക്ക് നിങ്ങൾക്ക് ഇഷ്ടമുള്ളതെന്തും വായിച്ചുകഴിഞ്ഞാൽ, നിങ്ങളുടെ മനസ്സ് വളരെ ലഘുവായിത്തീരും, അത് നിങ്ങൾക്ക് ആവേശവും ഊർജ്ജവും അനുഭവപ്പെടും. മഴക്കാലമാകട്ടെ, ഒരു കപ്പ് ചായയും കയ്യിൽ നിങ്ങളുടെ പ്രിയപ്പെട്ട പുസ്തകവുമുണ്ടെങ്കിൽ, ഒരിക്കൽ ഈ അനുഭവം ആസ്വദിക്കുന്നത് ഉറപ്പാക്കുക.

നിങ്ങളെയും ഒരു സാങ്കൽപ്പിക സ്രഷ്ടാവിന്റെ ലോകത്തേക്ക് കൊണ്ടുപോകും. ആ സ്ഥലത്തിന്റെ പേര് പാൽസ: ജീവന്റെ ഉത്ഭവം എന്നാണ്.

ധിഭാൻ (സ്ത്രീ, താരഖിയുടെ ഭാര്യ)

താരഖി (ധിഭന്റെ ഭർത്താവ്)

വിവേക് കുമാർ പാണ്ഡെ (രചയിതാവ്)

വിധാൻ (ഫോറസ്റ്റ് കൺസർവേറ്റർ)

അന്താരി (താരഖിയുടെ മകൾ)

കുള (ഷേഷ്നാഗ്)

സന്ത് ജ്ഞാനേശ്വർ മഹാരാജ് (എസ്. വിഷ്ണു ഭഗവാൻ)

ഈ കഥ 1782 മുതലുള്ളതാണ്, അപ്പോൾ മാത്രമേ നിങ്ങൾക്ക് കഥയുടെ ക്ലൈമാക്സ് മനസ്സിലാകൂ. ,

ഒരു പുതിയ സ്ഥലത്തിന്റെ തുടക്കം പൾസ ഒറിജിൻ ഓഫ് ലൈഫിൽ നിന്നാണ് അത്തരമൊരു വിചിത്രമായ സ്ഥലം. ഈ ആളുകൾ കഴുകുന്ന അത്തരമൊരു അതുല്യമായ ലോകം. ,

ധിഭൻ: ഹേയ് ആരെങ്കിലും ഞാൻ പറയുന്നത് കേൾക്കൂ, നമുക്ക് ഇവിടെ നിന്ന് മറ്റൊരിടത്തേക്ക് പോകാം, അല്ലെങ്കിൽ നേരം ഇരുട്ടിയാൽ പിന്നെ പോകാൻ കഴിയില്ല.

താരാഖി: നിങ്ങൾ എല്ലായ്പ്പോഴും എന്നപോലെ തിരക്കിലാണ്. വൈകുന്നേരം പോയാൽ ആരെങ്കിലും തിന്നാൽ എന്ത് ചെയ്യും.

താരഖി: ഞാൻ സത്യപ്രതിജ്ഞ ചെയ്തില്ലെങ്കിൽ ഞാൻ ഇവിടെ നിന്ന് പോകുമായിരുന്നു, പക്ഷേ ചില രഹസ്യങ്ങളും പ്രത്യേകതകളും ഉണ്ട്. അപ്പോൾ ഞാൻ ഇത് ഉപേക്ഷിച്ച് എങ്ങനെ പോകും, എന്തെങ്കിലും വിശദീകരിക്കുക.

അന്താരി : ഇരിക്കട്ടെ, അച്ഛാ, അമ്മയോട് വിശദീകരിക്കരുത്, അവളെ ബോധ്യപ്പെടുത്താൻ വളരെ ബുദ്ധിമുട്ടാണ്.

ധിഭാൻ: നിങ്ങൾ അച്ഛനും മകളും ഒരുപോലെയാണ്. ഇന്ന് നമുക്ക് കുറച്ച് ക്രമീകരണങ്ങൾ ചെയ്യാം..

താരാഖി: ഇനി എന്ത് ഏർപ്പാടാണ് ചെയ്യേണ്ടത്, ഇരുട്ടത്ത് പോയാൽ വന്യമൃഗങ്ങൾ തിന്നും.

ധിഭാൻ: വാ രേ വാ, നേരം ഇരുട്ടിയാലും ഞങ്ങൾ പോകും എന്ന് അഭിമാനത്തോടെ പറയുകയായിരുന്നു. ഇപ്പോൾ എന്താണ് സംഭവിച്ചത്?

താരാഖി: എന്ത് ക്രമീകരണമാണ് ചെയ്യേണ്ടതെന്ന് എന്നോട് പറയൂ.

ധിഭാൻ: നിങ്ങൾ അച്ഛന്റെയും മകളുടെയും കഴുതകളായി തുടരും.

അന്താരി: അമ്മേ, നിനക്ക് പറയാനുള്ളത് വ്യക്തമായി പറയൂ. കാര്യങ്ങൾ മറിച്ചിടരുത്.

ധിഭാൻ: ഹേയ്, ഭക്ഷണവും പാനീയവും ക്രമീകരിക്കുമോ ഇല്ലയോ എന്ന് നോക്കാൻ രാത്രിയിൽ നിങ്ങൾ പട്ടിണി കിടക്കും.

താരാഖി: ഹേയ്, ഞാൻ ഇപ്പോൾ കൊണ്ടുവരാൻ പോകുന്നു. ദയവായി ശാന്തത പാലിക്കുക.

അന്താരി: അമ്മേ, നീയും ഇത്രയും ചെറിയ കാര്യം ഇത്ര വലുതാക്കി ഞങ്ങളെ വിഷമിപ്പിക്കുമോ?

ധിഭാൻ: ശരി, ഇപ്പോൾ എന്നോട് അധികം വിശദീകരിക്കരുത്, അച്ഛനും മകളും മറ്റൊരു തരത്തിൽ വിശദീകരിക്കാൻ ഇരുന്നാൽ, നിങ്ങൾക്ക് ഒരുപാട് ബുദ്ധിമുട്ടുകൾ ഉണ്ടാകും. നിങ്ങൾ പോകണോ വേണ്ടയോ!

തീയതി: ഞാൻ പോകുന്നു.

(തർഖി അവിടെ നിന്ന് പോകുന്നു)

അന്താരി: അമ്മേ, എന്തിനാ എപ്പോഴും ദേഷ്യപ്പെടുന്നത്?

ധിഭാൻ: ഈ ലോകത്തിൽ നിന്ന് എപ്പോൾ രക്ഷപ്പെടുമെന്ന് എനിക്കറിയില്ല. അതുകൊണ്ടാണ് എനിക്ക് ദേഷ്യം വന്നത്. എന്റെ സ്വർഗത്തിൽ നിന്ന് വീട്ടിൽ സുഖമായി എന്റെ ലോകത്ത് ഞാൻ അവിടെ ജീവിച്ചു. ദിവസവും പിസ്സയും പാനി പൂരിയും ഭേലും കഴിച്ചിരുന്നെങ്കിൽ ഇപ്പോൾ അതിനും ഭാഗ്യം ലഭിക്കുന്നില്ല. ഇവിടെ ഗ്യാസും പഴങ്ങളും പൂക്കളും മാത്രമാണ് കഴിക്കുന്നത്. എല്ലാത്തിനുമുപരി, എപ്പോഴാണ് നമ്മൾ ഈ ലോകത്തിൽ നിന്ന് മോചിതരാകുന്നത്, എനിക്ക് എന്റെ ഭൂമിയിലേക്ക് പോകണം.

അന്താരി: അമ്മേ, ഞങ്ങൾക്ക് ഒന്നും ചെയ്യാൻ കഴിയില്ല. അത് ഞങ്ങളുടെ തെറ്റായിരുന്നു. അമ്മേ നീ എപ്പോഴെങ്കിലും സ്വതന്ത്രനാകും, വിഷമിക്കേണ്ട. എനിക്കും ഐസ്ക്രീം കഴിക്കാൻ തോന്നാത്ത കാര്യമില്ല. പക്ഷെ എന്ത് ചെയ്യണം?

ധിഭൻ: സാരമില്ല, ഇപ്പോൾ വീടിനുള്ളിൽ ഇരുട്ടാണ്. നിന്റെ അച്ഛൻ ഭക്ഷണം കൊണ്ടുവരും.

അന്താരി: അതെ അമ്മേ, വീടിനുള്ളിൽ മഴ വരട്ടെ, ഇരുണ്ട മേഘങ്ങൾ ഉണ്ട്.

ധിഭൻ: അതെ അന്താരി നമുക്ക് വീടിനുള്ളിലേക്ക് പോകാം. ഒരു കാര്യം നമ്മുടെ വീട്ടിൽ നോൺ വെജിറ്ററിയൻ ഇല്ല. നമ്മളെല്ലാം സസ്യാഹാരികളാണ്.

(അവിടെ ഇരുണ്ട മേഘങ്ങൾ ഉണ്ടായിരുന്നു, കാറ്റ് വളരെ വേഗത്തിൽ വീശുന്നു, കുറച്ച് സമയത്തിന് ശേഷം മഴ പെയ്തു തുടങ്ങി. തർഖി ധാരാളം പഴങ്ങളും വെള്ളവും കലത്തിൽ കൊണ്ടുവന്നിരുന്നു.)

അന്താരി: അമ്മയും അച്ഛനും വന്നിട്ടുണ്ട്.

ധിഭാൻ: ഇന്നും നിങ്ങൾക്ക് ആപ്പിളും മാമ്പഴവും മുന്തിരിയും മാത്രമേ ലഭിച്ചിട്ടുള്ളൂ, കുറച്ച് മുന്നോട്ട് പോയി നല്ല പഴങ്ങൾ കൊണ്ടുവരുമായിരുന്നു.

താരഖി: ഒന്ന്, മഴ പെയ്യുന്നു, ശക്തമായ കാറ്റ് വീശുന്നു. നിങ്ങൾ എങ്ങനെ പഴങ്ങൾ കൊണ്ടുവരും? നാളെ ഞാൻ പുതിയതും പുതിയതുമായ പഴങ്ങൾ കൊണ്ടുവരും, ഇന്ന് ഞങ്ങൾ ഇത് കഴിക്കുന്നു.

ധിഭൻ: അതെ, ഇന്ന് നൂറുപേരും ഇത് കഴിച്ച് പോകുന്നു.

(ഭക്ഷണം കഴിഞ്ഞ് പുറത്തെ കാഴ്ച കണ്ട് സുഖമായി എന്തൊക്കെയോ സംസാരിച്ചു കൊണ്ടിരുന്നു)

താരാഖി: ധിഭാൻ, നമ്മൾ ഈ ലോകത്ത് എത്രനാൾ ഇവിടെ ഉണ്ടായിരിക്കുമെന്ന് എനിക്കറിയില്ല, അത് കാര്യമാക്കേണ്ടതില്ല എന്ന് ഞാൻ മനഃപൂർവം ഒരു തെറ്റും ചെയ്തിട്ടില്ല. ഇപ്പോൾ നമ്മൾ ഈ ലോകത്ത് തന്നെ തുടരുമെന്ന് എനിക്ക് തോന്നുന്നു.

ധിഭൻ: സാരമില്ല, വിഷമിക്കേണ്ട, എല്ലാം ശരിയാകും. ഞങ്ങളുടെ മകൾക്ക് ഇപ്പോൾ സ്കൂളിൽ പോകാൻ പോലും കഴിയുന്നില്ല, അവളുടെ പഠിത്തം തകരുന്നു, മുകളിൽ പറഞ്ഞവരുടെ ഇഷ്ടം ഉണ്ട്.

താരഖി: എന്റെ മകൾ എഴുത്തും വായനയും കൊണ്ട് അധ്യാപികയാകണമെന്ന് ഞാൻ ആഗ്രഹിച്ചു, പക്ഷേ ആ സ്വപ്നം അപൂർണ്ണമായി തുടരും, ഞാൻ കരുതുന്നു.

ധിഭാൻ: ഞങ്ങളല്ലാതെ മറ്റാരും ഇവിടെ ഇല്ലെന്ന് ഞാൻ കരുതുന്നു, നിങ്ങൾക്ക് എന്ത് തോന്നുന്നു?

താരാഖി: ആരെങ്കിലും ഉണ്ടായിരിക്കണം, ഞങ്ങൾ ഒറ്റയ്ക്കല്ല. നമുക്ക് നൂറ് പോകാം, എന്തായാലും രാവിലെ സംസാരിക്കാം കാലാവസ്ഥ വളരെ മോശമാണ്.

അന്താരി: നടന്നില്ലെങ്കിലും പേടിയില്ല. അച്ഛാ, ഇന്ന് എനിക്ക് പയറുവർഗ്ഗങ്ങൾ കഴിക്കാൻ തോന്നുന്നു.

താരഖി: മകളുടെ മനസ്സ് എന്റേതും ചെയ്യുന്നു. ഇന്ന് പഞ്ചനക്ഷത്ര ഹോട്ടലിൽ പനീർ ടിക്ക കഴിക്കാൻ തോന്നുന്നു, പക്ഷേ അത് നടക്കില്ല. ഇവിടെ നിന്ന് പോയാലേ ഭക്ഷണം കഴിക്കൂ.

ധിഭൻ: ഇനിയും എത്ര ദിവസം ഈ കാട്ടിൽ തങ്ങേണ്ടി വരുമെന്ന് എനിക്കറിയില്ല.

താരാഖി: നിങ്ങൾക്കറിയാമോ, ഈ ജീവിതം ഇപ്പോൾ നമ്മോടൊപ്പം കളിക്കുകയാണ്. പക്ഷേ, ബാബ തപസ്സുചെയ്യുകയാണെന്ന് നാം എന്തറിഞ്ഞു.

ദിഭാൻ: ബാബ ഞങ്ങളോട് തെറ്റ് ചെയ്തു.

(തർഖിയുടെ കുടുംബാംഗങ്ങൾ പോലീസിൽ എഫ്ഐആർ ഫയൽ ചെയ്തു. തർഖിയുടെ പിതാവ് പോലീസ് സ്റ്റേഷനിൽ എത്തിയിരുന്നു. തർഖിയുടെ പിതാവ് പോലീസ് സ്റ്റേഷനിൽ കോളിളക്കം സൃഷ്ടിച്ചു.)

കമലേഷ്: ഇനി വേഗം എഫ്ഐആർ ഫയൽ ചെയ്യൂ. എന്റെ മകനെയും മരുമകളെയും എന്റെ കൊച്ചുമകളെയും കാണാതായിട്ട് ആഴ്ചകളായി. അവർ എവിടെ പോയെന്നോ ആരോ തട്ടിക്കൊണ്ടുപോയെന്നോ അറിയില്ല. നീ എന്നെ സഹായിക്കൂ

പോലീസ്: നിങ്ങൾക്ക് ഉറപ്പുണ്ട്. ഞങ്ങൾ തീർച്ചയായും ഞങ്ങളുടെ ജോലി പൂർത്തിയാക്കും. നിങ്ങളുടെ മകന്റെയും മരുമകളുടെയും ചെറുമകളുടെയും ഫോട്ടോ ഞങ്ങൾക്ക് സമർപ്പിക്കുക. അവൻ എപ്പോൾ, എവിടെയാണ് വീട്ടിൽ നിന്ന് പോയതെന്ന് എന്നോട് പറയാമോ?

കമലേഷ്: അവൻ പറയുകയായിരുന്നു. ഞാൻ ഏതോ മഹാരാജാവിന്റെ ആശ്രമത്തിൽ പോവുകയാണ്.

പോലീസ്: ആ മഹാരാജ് ജിയുടെ പേരെന്താണ്?

കമലേഷ്: അദ്ദേഹത്തിന്റെ പേര് സന്ത് ജ്ഞാനേശ്വർ മഹാരാജ് എന്നാണ്. (അപ്പോൾ കമലേഷ് മനസ്സിൽ ചിന്തിച്ചു തുടങ്ങി, ഒരുപക്ഷേ ഞാൻ അവനെ കണ്ടെത്താൻ അവിടെ പോകേണ്ടതായിരുന്നു) ശരി സർ, നമുക്ക് ഈ ഫോട്ടോ എടുക്കാം. എന്റെ മകനെയും മകളെയും എത്രയും വേഗം കണ്ടെത്തൂ (ആക്രോശിച്ചുകൊണ്ട്)

പോലീസ്: നോക്കൂ, ഒച്ചവെക്കരുത്, ഇതൊരു പോലീസ് സ്റ്റേഷനാണ്.

കമലേഷ്: എന്താടാ നീ ഒച്ചയിടാത്തത്, ഞാൻ ഒന്ന് രണ്ട് മണിക്കൂറായി പുറത്ത് ഇരുന്നിട്ടും ആരും കേൾക്കുന്നില്ല. ഞാൻ എപ്പോൾ മുതൽ സംസാരിക്കുന്നു, സർ, എനിക്ക് ഒരു എഫ്ഐആർ എഴുതണം. കുറച്ചു നേരം കാത്തിരുന്ന് പറയൂ - രണ്ട് മണിക്കൂർ കഴിഞ്ഞു എന്ന് പറഞ്ഞു.

പോലീസ്: മനോഭാവം കാണിക്കേണ്ടതില്ല. നിങ്ങളുടെ വീട്ടിൽ കൂടുതൽ ബുദ്ധി കാണിക്കുക. എഫ്ഐആർ എഴുതിയില്ലെങ്കിൽ നിങ്ങൾ എന്തു ചെയ്യുമായിരുന്നു?

കമലേഷ്: നുഴഞ്ഞുകയറ്റക്കാരായ പോലീസുകാരെ നിങ്ങൾ ഇങ്ങനെയാണ്. ജോലി കിട്ടിയാൽ കൂടുതൽ അഹങ്കാരം കാണിക്കും.

പോലീസ്: അങ്ങനെ നീയും പോലീസ് ആവൂ. നിങ്ങളുടെ എഫ്ഐആർ കീറിയത് ഇവിടെ മാത്രം എടുക്കുക. ഇനി എന്ത് പറയും?

(കമലേഷ് പോലീസുകാരന്റെ പോക്കറ്റിൽ നിന്ന് തോക്ക് എടുത്ത് ആ പോലീസുകാരനെ അവിടെ വെച്ച് അടിച്ചു.)

കമലേഷ്: എന്റെ ജോലി തീർന്നില്ലെങ്കിൽ പോലീസ് ഡിപ്പാർട്ട്മെന്റിന്റെ മുഴുവൻ കഥയും ഞാൻ

അവസാനിപ്പിക്കും. നിങ്ങൾ വളരെ അഭിമാനിക്കുന്നു. പെൺകുട്ടികൾക്കെതിരായ കുറ്റകൃത്യങ്ങളും ബലാത്സംഗങ്ങളും പരസ്യമായി നടക്കുന്നിടത്ത് പോലീസ് നടപടികളൊന്നും ഉണ്ടാകുന്നില്ല. എല്ലാവരും ഭീരുക്കളാണ്. എന്റെ ജോലി കഴിഞ്ഞില്ലെങ്കിൽ ഞാൻ വീണ്ടും വരും.

(എസ്.പി. സാഹിബ് ചായ കുടിച്ച് അകത്തേക്ക് വന്നു.)

എസ്പി സാഹിബ്: ഇവിടെ എന്താണ് സംഭവിക്കുന്നത്, ആരാണ് ഞങ്ങളുടെ ഉദ്യോഗസ്ഥനെ കണ്ടുമുട്ടിയത്.

കമലേഷ്: ഞാൻ ചെയ്തു. നിങ്ങൾ എന്റെ വേരോടെ പിഴുതെറിയപ്പെട്ട ആളുകളാണോ? അളിയൻ കുരയ്ക്കുന്നത് മുതൽ ആരും കേൾക്കുന്നില്ല. യെ സാല തേരാ ഓഫീസർ ഇരുന്ന് ചായ കുടിക്കുകയായിരുന്നു, പക്ഷേ എഫ്ഐആർ രജിസ്റ്റർ ചെയ്യാൻ എന്നെ രണ്ട് മണിക്കൂർ കാത്തിരിക്കാൻ പ്രേരിപ്പിച്ചു. പുറത്ത് എത്ര പേർ കാത്തുനിൽക്കുന്നുണ്ടായിരുന്നു? എല്ലാവരും സാർ എന്ന് വിളിക്കുന്നുണ്ടെങ്കിലും ഈ സർക്കാർ നായ ഒട്ടും ചെവിക്കൊള്ളുന്നില്ല, കമ്മീഷൻ ചോദിക്കുന്നു.

എസ്പി സാഹബ്: അതിനാൽ നിങ്ങൾ അവന്റെ ജീവനെടുത്തു. നിങ്ങൾ പാപം ചെയ്തുവെന്ന് നിങ്ങൾക്കറിയാം. ശിക്ഷയും ലഭിക്കും.

കമലേഷ്: പിഴുതെടുക്കാത്തതിനെ പിഴുതെറിയുക. ഇല്ല, ഞാൻ നിങ്ങളുടെ അച്ചരന്റെതാണ് കഴിക്കുന്നത്, നിങ്ങൾ എന്റെ അച്ചരന്റേതല്ല. എന്റെ ജോലി തീർന്നില്ലെങ്കിൽ ഞാൻ വീണ്ടും വരും. ജയ് ഹിന്ദ് (കമലേഷ് പോയതിന് ശേഷം)

എസ്പി സാഹിബ്: ഞങ്ങളുടെ വാഗ്ദാനമായ ഉദ്യോഗസ്ഥനെ കൊന്നതിനുശേഷം നിങ്ങൾ എന്താണ് ചെയ്യുന്നത്. അവനെ തടയാൻ കഴിഞ്ഞില്ല. നിങ്ങൾക്ക് കൈയും കാലുമില്ല, നിങ്ങളെല്ലാവരും വികലാംഗരാണ്.

കോൺസ്റ്റബിൾ: നമുക്ക് എന്ത് ചെയ്യാൻ കഴിയും സർ? എനിക്കിടയിൽ ആരെങ്കിലും സംസാരിച്ചാൽ ദൈവം സ്നേഹിക്കപ്പെടുമെന്ന് അവൻ നമുക്കെല്ലാവർക്കും മുന്നറിയിപ്പ് നൽകിയിരുന്നു. അതുകൊണ്ടാണ് ഞങ്ങൾ ഒന്നും പറയാതിരുന്നത്. നിങ്ങൾ എന്താണ് ചെയ്യുന്നതെന്നല്ല xn എടുക്കേണ്ടതായിരുന്നു. നിങ്ങളും വികലാംഗനാണോ?

എസ്പി സാഹിബ്: നിങ്ങളുടെ നാവുകൊണ്ട് സംസാരിക്കുക. അതും അടിച്ചതിന് ശേഷം ഇതാണ് എന്റെ ഓർഡർ. നിങ്ങൾ എവിടെ കണ്ടുമുട്ടിയാലും നിങ്ങൾ എന്റെ മുഖം എന്താണ് കാണുന്നത് എന്നതിന്റെ കഥ പോയി പൂർത്തിയാക്കുക, അല്ലെങ്കിൽ നിങ്ങളുടെ എല്ലാവരുടെയും കഥ ഞാൻ പൂർത്തിയാക്കും.

(പ്രതീക്ഷയുടെ ഒരു പുതിയ കിരണം പ്രഭാതത്തിൽ ചുറ്റുപാടും ഉന്മേഷത്തിന്റെയും ഉത്സാഹത്തിന്റെയും തിരമാലകൾ കൊണ്ടുവരുന്നു. എന്നാൽ ബാബ വളരെ കോപാകുലനായി പുറത്ത് ഇരിക്കുകയായിരുന്നു. കുണ്ടം പതുക്കെ വീട്ടിലേക്ക് കടക്കാൻ ശ്രമിക്കുന്നു.)

സന്ത് ജ്ഞാനേശ്വർ മഹാരാജ്: വിഡ്ഢി, നിങ്ങൾ വളരെ മടിയനാണ്, നിങ്ങളുടെ ജോലി ചെയ്യാൻ നിങ്ങൾ മറ്റുള്ളവരുടെ സഹായം സ്വീകരിക്കുന്നു, നിങ്ങളുടെ ഒരു തെറ്റിന് എല്ലാവർക്കും പണം നൽകേണ്ടിവരും.

പോഖർ: മഹാരാജ്ജി, ആ ആളുകളെക്കുറിച്ച് എനിക്ക് എന്തറിയാം എന്ന് എന്നോട് ക്ഷമിക്കൂ. നിന്റെ തപസ്സ് പൂർത്തിയായി, ഇനി എല്ലാവരെയും മോചിപ്പിക്കാം എന്ന് ഞാൻ വിചാരിച്ചു.

സന്ത് ജ്ഞാനേശ്വർ മഹാരാജ്: നിങ്ങൾ ഒരു വിഡ്ഢിയാണ്, നിങ്ങളുടെ പ്രവൃത്തികൾ കാരണം നിരവധി പാവപ്പെട്ട ആളുകൾ പൾസയിൽ ജീവിതം ചെലവഴിക്കുന്നു.

പോഖർ: സർ, അതിനൊരു പരിഹാരമുണ്ട്.

സന്ത് ജ്ഞാനേശ്വര് മഹാരാജ്: പ്രതിവിധി ഇല്ല.

പോഖർ: അപ്പോൾ ആ ആളുകൾ ഒരിക്കലും തിരിച്ചുവരില്ലേ?

സന്ത് ജ്ഞാനേശ്വർ മഹാരാജ്: എനിക്കും അത് അനുഭവപ്പെട്ടിട്ടുണ്ട്, പക്ഷേ എന്ത് സംഭവിച്ചാലും നിങ്ങളുടെ വിഡ്ഢിത്തം കൊണ്ട് നിങ്ങൾക്ക് ഒരു കാര്യം പോലും ചെയ്യാൻ കഴിയില്ല.

പോഖർ: ഞാൻ മനഃപൂർവം തെറ്റ് ചെയ്തതല്ല.

സന്ത് ജ്ഞാനേശ്വർ മഹാരാജ്: നിങ്ങൾ പശുക്കൾക്ക് ഭക്ഷണം നൽകിയോ ഇല്ലയോ?

പോഖർ: ഇല്ല സർ, കുറച്ച് മുമ്പ്, ഞാൻ എഴുന്നേറ്റു, ഇപ്പോൾ തരാം.

സന്ത് ജ്ഞാനേശ്വർ മഹാരാജ്: നീ കടന്നുപോയ അശ്രദ്ധയ്ക്ക് ഒരു പരിധിയുണ്ട്, ഇപ്പോൾ പോകൂ, നിങ്ങൾ എന്റെ മുഖം എന്താണ് കാണുന്നത്, പോയി രണ്ട് പശുക്കളെ തിന്നുക.

പോഖർ: സർ

(അക്കാലത്ത് ഒരു സ്ത്രീ മഹാരാജിനെ കാണാൻ വന്നു.)

സ്ത്രീ: ഹലോ മഹാരാജ്ജി, എന്നെ അനുഗ്രഹിക്കൂ.

സന്ത് ജ്ഞാനേശ്വർ മഹാരാജ്: എപ്പോഴും സന്തോഷവാനായിരിക്കുക, എപ്പോഴും സന്തോഷവാനായിരിക്കുക എന്റെ മകളേ, നീ എങ്ങനെയാണ് വന്നതെന്ന് എന്നോട് പറയൂ.

സ്ത്രീ: സാർ, ഞാൻ കുറേ ദിവസമായി അസ്വസ്ഥനാണ്, എന്റെ മകന്റെ ആരോഗ്യം മെച്ചപ്പെടുന്നില്ല, പനി അതിന്റെ പേര് എടുക്കുന്നില്ല, ഇപ്പോൾ പറയൂ ഞാൻ എന്താണ് ചെയ്യേണ്ടത്. ഞാൻ എന്റെ മകനെ ഏറ്റവും വലിയ ഹോസ്പിറ്റലിൽ കാണിച്ചു, പക്ഷേ അവന് അവിടെ ചികിത്സിക്കാൻ കഴിഞ്ഞില്ല, മഹാരാജ് ജി, നിങ്ങൾക്ക് മാത്രമേ

എന്റെ മകനെ സുഖപ്പെടുത്താൻ കഴിയൂ.

സന്ത് ജ്ഞാനേശ്വർ മഹാരാജ്: അത്രയേയുള്ളൂ, ഈ ഔഷധം നിങ്ങളുടെ മകന് കൊടുക്കുക, കുറച്ച് കഴിഞ്ഞ് നിങ്ങളുടെ മകന് സുഖം പ്രാപിക്കും.

സ്ത്രീ: നിങ്ങൾ ആയതിനാൽ, വളരെ നന്ദി, സർ. ശരി ഞാൻ പോകുന്നു, എന്റെ മകൻ കാത്തിരിക്കും.

സന്ത് ജ്ഞാനേശ്വർ മഹാരാജ്: പോകണം. വിഷമിക്കേണ്ട, നിങ്ങളുടെ മകൻ സുഖം പ്രാപിക്കും. (സ്ത്രീ പോയതിനുശേഷം, മഹാരാജ് വീണ്ടും കുളത്തിന് ശബ്ദം നൽകുന്നു.)

പോഖർ: സർ.

സന്ത് ജ്ഞാനേശ്വർ മഹാരാജ്: നിങ്ങൾ പശുക്കൾക്ക് ഭക്ഷണം നൽകി.

പോഖർ: അതെ മഹാരാജ്, ഞാൻ പശുക്കൾക്ക് ഭക്ഷണം നൽകിയിട്ടുണ്ട്. സാർ, എപ്പോൾ ഭക്ഷണം കഴിക്കും, അപ്പോൾ ഞാൻ ഇപ്പോൾ എല്ലാ പഴങ്ങളും കൊണ്ടുവരാം. നിങ്ങൾ ആദ്യം ഭക്ഷണം കഴിക്കൂ.

സന്ത് ജ്ഞാനേശ്വർ മഹാരാജ്: വേണ്ട, ഇപ്പോ ആവരുത്, അവിടെ ഭക്ഷണം കിട്ടുമോ ഇല്ലയോ എന്നറിയാതെ മനസ്സിൽ കുടുങ്ങിയ ആൾ എങ്ങനെ ജീവിതം കഴിച്ചുകൂട്ടും എന്ന ചിന്തയിലാണ് ഞാനിപ്പോഴും.

പോഖർ: സർ, നിങ്ങൾ എന്നോട് പറയുകയായിരുന്നു. അവിടെ ഭക്ഷണത്തിന് ഒരു കുറവുമുണ്ടാകില്ല.

സന്ത് ജ്ഞാനേശ്വർ മഹാരാജ്: ഭക്ഷണത്തിന് ഒരു കുറവും ഉണ്ടാകില്ലെങ്കിലും, ഒരു വിചിത്രമായ ലോകം കണ്ട് അദ്ദേഹം അത്ഭുതപ്പെട്ടിരിക്കണം. ഒരുപക്ഷേ ആ തെറ്റ് ഞാൻ ചെയ്തതാകാം, അവരെ കുറ്റപ്പെടുത്തേണ്ടത് ഞാനാണ്. അവൻ എപ്പോഴാണ് അവന്റെ ലോകത്തേക്ക് വരുകയെന്ന് നിങ്ങൾക്കറിയാമോ?

പോഖർ: നോക്കൂ, മഹാരാജ് ജി, ഒരു ദിവസം ആ ആളുകൾ തീർച്ചയായും അവരുടെ ലോകത്തേക്ക് വരും, ദൈവം തീർച്ചയായും അവരെ അനുഗ്രഹിക്കും.

സന്ത് ജ്ഞാനേശ്വര് മഹാരാജ്: ദൈവത്തിന്റെ മഹത്വം എത്രത്തോളം പരിമിതമാണെന്ന് നമുക്ക് നോക്കാം. ദൈവത്തിന്റെ മഹത്വം ഒരിക്കലും ആ ആളുകളിൽ ഉണ്ടാകില്ലെന്ന് ഞാൻ കരുതുന്നു, നമുക്ക് ഈ മഹത്വം അവനോടോ അവനോ ചെയ്താൽ മാത്രമേ അവന് പൽസയിൽ നിന്ന് പുറത്തുവരാൻ കഴിയൂ. എന്റെ 100 വർഷത്തെ തപസ്സ് നീ തകർത്തു.

പോഖർ: സർ, ക്ഷമിക്കണം, ഞാൻ ഇത് മനപ്പൂർവ്വം ചെയ്തതല്ല, ആ ആളുകൾ അവിടെ വരുന്നുണ്ടെന്ന് അറിഞ്ഞിരുന്നെങ്കിൽ ഞാൻ അവരെ തടയുമായിരുന്നു, പക്ഷേ ഇപ്പോൾ അത് ഒഴിവാക്കാൻ ആർക്കാണ് കഴിയുക. ഇനി ദൈവത്തിൽ നിന്ന് പ്രതീക്ഷിക്കുക.

സന്ത് ജ്ഞാനേശ്വർ മഹാരാജ്: നിരവധി മൃഗങ്ങളും പക്ഷികളും പൽസയിൽ കുടുങ്ങിക്കിടക്കുന്നു. അവന്റെ ജീവൻ രക്ഷിക്കാൻ ഞാൻ 100 വർഷം തപസ്സു ചെയ്തു, പക്ഷേ ആ തപസ്സിൻറെ ഫലം നേടാൻ കഴിഞ്ഞില്ല.

പോഖർ: സർ, വിഷമിക്കേണ്ട, എന്ത് സംഭവിച്ചാലും അത് നല്ലതായിരിക്കും. ഒരു വ്യക്തി ജീവിതത്തിൽ ഒരിക്കൽ മാത്രം തെറ്റുകൾ വരുത്തുന്നു. തെറ്റ് ഒരു തവണയോ, രണ്ടുതവണയോ, മൂന്ന് തവണയോ, ആയിരക്കണക്കിന് തവണയോ ആകട്ടെ, ആ തെറ്റിൽ നിന്ന് അവൻ തീർച്ചയായും പഠിക്കും. ദയവായി സ്വയം കുറ്റപ്പെടുത്തരുത്, ദേഷ്യപ്പെടരുത്.

സന്ത് ജ്ഞാനേശ്വർ മഹാരാജ്: ഒരാൾ വിഷമിക്കേണ്ടതുണ്ട്, കാരണം അവന്റെ ജീവിതത്തെക്കുറിച്ചുള്ള ചോദ്യം അവന്റെ ചിന്തകളുടെ

തെറ്റല്ല. അയാൾക്ക് തിരികെ വരാം, പക്ഷേ അത് ബുദ്ധിമുട്ടാണ്. നിങ്ങൾ പോയി ആദ്യം പഴം എടുത്ത് നഗരത്തിലെ വിശക്കുന്ന കുട്ടികൾക്കെല്ലാം പഴം വിതരണം ചെയ്യുക. പഴങ്ങൾ നൽകുന്നതിൽ മടി കാണിക്കരുത്, കാരണം നമുക്ക് ഒരു മരം ഉണ്ടെന്ന് നിങ്ങൾക്കറിയാം, അത് എത്ര തവണ ഫലം പറിച്ചാലും അത് ഉടൻ തന്നെ വീണ്ടും പ്രത്യക്ഷപ്പെടും.

പോഖർ: സർ, നിങ്ങൾ പറയുന്നതുപോലെ, ഞാൻ നഗരത്തിൽ പോയി വിശക്കുന്ന കുട്ടികൾക്കെല്ലാം പഴങ്ങൾ വിതരണം ചെയ്യും. അനുവാദം തരൂ തമ്പുരാനേ.

സന്ത് ജ്ഞാനേശ്വർ മഹാരാജ്: പോകാൻ ഞാൻ നിങ്ങളോട് കൽപ്പിക്കുന്നു, പക്ഷേ ഒരു തെറ്റും ചെയ്യരുത്. വിജയകരമായ പ്രവൃത്തി ചെയ്യണമെന്നും പരാജയപ്പെടാത്ത പ്രവൃത്തി ചെയ്യരുതെന്നും ഞാൻ നിങ്ങളോട് കൽപിച്ചിരിക്കുന്നു.

പോഖർ: സർ.

(പട്ടിണി കിടക്കുന്ന കുട്ടികൾക്ക് പഴങ്ങൾ വിതരണം ചെയ്യാൻ പഡിൽ നഗരത്തിലേക്ക് പോകുന്നു. ഇവിടെ തർഖിയുടെ കുടുംബം ഈ അവസ്ഥയുമായി മല്ലിടുകയായിരുന്നു.)

താരാഖി: കേൾക്കൂ, ഇപ്പോൾ നിങ്ങൾ എഴുന്നേറ്റാലും ഇല്ലെങ്കിലും രാവിലെയാണ്. ഈ നഗരം നിങ്ങളുടേതല്ലെന്ന് നിങ്ങൾ എപ്പോൾ സഹായിക്കും. എഴുന്നേറ്റ് അന്തരീക്ഷത്തിന് പുറത്ത് അൽപ്പം നോക്കൂ, അത് എത്ര തണുത്തതും എത്ര മധുരവുമാണ്. വായുവും ശുദ്ധമായി വീശുന്നു.

ധിഭൻ: നിങ്ങൾ വീണ്ടും തുടങ്ങി, രാവിലെ മുതൽ സംസാരം തുടരുക. അതിരാവിലെ ഉണർന്ന് കെട്ടിടം പണിയാൻ പോയാൽ അല്ലെങ്കിൽ മല തുരന്ന് നദി പണിയാൻ പോയാൽ ഞാൻ എന്ത് ചെയ്യണം? നിങ്ങൾ സ്വയം ഉറങ്ങുകയാണെങ്കിൽ, നിങ്ങൾ എല്ലാവരേയും ഉണർത്തും.

അങ്ങയുടെ ഈ പ്രവർത്തി നിമിത്തം ഞങ്ങൾ ഇന്ന് ഈ കാട്ടിൽ അലയുകയാണ്. ഈ കാട്ടിൽ ആരെങ്കിലും ഉണ്ടോ ഇല്ലയോ എന്നറിയില്ല.

താരാഖി: നിങ്ങൾ നേരത്തെ എഴുന്നേറ്റാൽ നിങ്ങൾക്ക് എന്തെങ്കിലും പ്രശ്നമുണ്ടോ? പാനി പൂരി, ബർഗർ, പിസ്സ എന്നിവ കഴിക്കുന്നതിൽ നിങ്ങൾ ഒരിക്കലും പിന്നോട്ട് പോകില്ല. പിന്നെ പിന്നെയും പിന്നെയും എന്നെ കുറ്റം പറയരുത്, എനിക്കും തെറ്റ് പറ്റി എന്ന് ഒരു നേരം വിചാരിക്കാം, പിന്നെ നീ എന്ത് ചെയ്തു, നീ അത് തന്നെ ചെയ്തു..

അന്താരി: പപ്പാ - അമ്മേ, നീ വീണ്ടും തുടങ്ങി. ഇവിടെ നിന്ന് ഒരു വഴി കണ്ടെത്തുക, കുറ്റപ്പെടുത്തരുത്, പരസ്പരം കുറ്റപ്പെടുത്തുക. ഞാൻ ഇപ്പോൾ എഴുന്നേൽക്കുന്നു, നിങ്ങൾ എത്ര മധുരമാണ്.

ധിഭൻ: നിങ്ങൾ അച്ഛനും മകളും ഇവിടെ വന്നിരുന്നെങ്കിൽ നന്നായിരുന്നു, ഞാൻ ചോദിച്ചിരുന്നെങ്കിൽ, നിങ്ങളുടെ രണ്ടുപേരിൽ നിന്നും എനിക്ക് സമാധാനം ലഭിക്കുമായിരുന്നു. എഴുനേൽക്കണമെന്ന് എനിക്കും അറിയാം, കുറച്ചു കഴിഞ്ഞ് എഴുന്നേറ്റാൽ അച്ഛന് ചൊറിച്ചിൽ.

അന്താരി: അമ്മ മാത്രം. നിങ്ങൾ രണ്ടുപേരും എത്രമാത്രം വഴക്കുണ്ടാക്കുന്നു? വരൂ, അച്ഛാ, ഞാൻ നിങ്ങളോടൊപ്പം പഴങ്ങൾ കൊണ്ടുപോകാൻ പോകുന്നു, ഇന്ന് ഞാൻ കുറച്ച് പുതിയ പഴങ്ങൾ കൊണ്ടുവരും.

താരഖി: അതൊന്നും വേണ്ട, ഞാൻ പഴവുമായി വന്നതാണ്. ഞാൻ വളരെ പുതിയതും പുതിയതുമായ പഴങ്ങൾ കൊണ്ടുവന്നു.

ദിഭാൻ: എനിക്ക് നല്ല വിശപ്പുണ്ട്. നിങ്ങൾ പറയുന്നത് സത്യമാണ്, നിങ്ങൾ പുതിയ പഴങ്ങൾ കൊണ്ടുവന്നു, നിങ്ങൾ

വളരെ നല്ലവനാണ്, നിങ്ങളെപ്പോലെയുള്ള ഒരു ഭർത്താവിനെ എല്ലാവർക്കും നൽകണമെന്ന് ഞാൻ ദൈവത്തോട് പറയുന്നു.

താരാഖി: നോക്കൂ, നിന്റെ അമ്മയ്ക്ക് എന്റെ കൂടെ ജോലി ഉണ്ടായിരുന്നു, അതിനാൽ അവൾ എന്നോട് വളരെ സ്നേഹത്തോടെ സംസാരിക്കുന്നു. ഞാൻ എപ്പോഴും എന്നോട് സ്നേഹത്തോടെ സംസാരിച്ചിരുന്നെങ്കിൽ, ഞാൻ അത് ഇഷ്ടപ്പെടുമായിരുന്നു, പക്ഷേ എന്റെ ഭാഗ്യം മോശമാണ്.

ദിഭാൻ: ഓ ജി, എന്നോട് ക്ഷമിക്കൂ, ഇന്ന് മുതൽ ഞാൻ എപ്പോഴും നിങ്ങളോട് സ്നേഹത്തോടെ സംസാരിക്കും. ഞാൻ നിന്നെ സ്നേഹിക്കുന്നു .

താരാഖി: എനിക്കും നിന്നെ ഇഷ്ടമാണ്. നമുക്ക് ഭക്ഷണം കഴിച്ച് ഇവിടെ നിന്ന് പോകാനുള്ള വഴി കണ്ടെത്താം, നമ്മുടെ കുട്ടിയുടെ വിദ്യാഭ്യാസം നശിക്കുന്നു. എത്രയും വേഗം നമുക്ക് ഇവിടെ നിന്ന് പോകണം. ഇവിടെ നിന്ന് പോകാനുള്ള വഴി പറഞ്ഞു തരാൻ ഈ കാട്ടിൽ ആരെങ്കിലും ഉണ്ടാകുമോ എന്നറിയില്ല.

ദിഭാൻ: ഞാൻ അമ്മയോട് പ്രാർത്ഥിക്കുന്നു. അമ്മേ, നിനക്ക് എന്നിൽ വിശ്വാസമുണ്ടെങ്കിൽ ഞങ്ങളുടെ കുടുംബത്തെ സംരക്ഷിച്ച് ഞങ്ങളുടെ വീട്ടിലേക്ക് കൊണ്ടുപോകൂ. (കരയുന്നു)

അന്താരി: അമ്മേ, നീ ഇങ്ങനെ കരയല്ലേ, ഞങ്ങൾ തീർച്ചയായും ഒരു വഴി കണ്ടെത്തും.

താരാഖി: അതെ ധിഭാൻ, നീ അങ്ങനെ കരയരുത്. ദൈവം ഒരിക്കലും തന്റെ ഭക്തരെ ഉപദ്രവിക്കുന്നില്ല. അവൻ തന്റെ ഭക്തരെ ആപത്തിൽ രക്ഷിക്കുന്നു, അവൻ നമ്മെയും രക്ഷിക്കും. പേടിക്കേണ്ട, ആദ്യം നമ്മൾ ഭക്ഷണം കഴിക്കൂ, പിന്നെ ഇവിടെ നിന്ന് ഒരു വഴി തേടി പോകും.

ധിഭൻ: അതെ, നമുക്ക് ആദ്യം കഴിക്കാം. എന്നാൽ ഒരു കുളി ഇപ്പോഴും അവശേഷിക്കുന്നു, ഞാൻ എന്തുചെയ്യണം? ആദ്യം കുളിക്കുക.

താരാഖി: ഞങ്ങൾ എല്ലാവരും കുളിച്ചിട്ടില്ല, അതിനാൽ ആദ്യം ഞങ്ങൾ ഭക്ഷണം കഴിക്കുക, സമീപത്ത് ഒരു നദിയുണ്ട്, എല്ലാവരും അവിടെ കുളിക്കും.

(അത്താഴം കഴിഞ്ഞ് പൾസയിൽ നിന്ന് പുറത്തേക്കുള്ള വഴി തേടാൻ അദ്ദേഹം പുറപ്പെട്ടു. ഏതാനും മണിക്കൂറുകൾ നടന്ന് നദിയുടെ തീരത്ത് വിശ്രമിക്കാൻ ഇരുന്നു.)

ധിഭാൻ: ഞാൻ പറയുന്നത് നമുക്കൊരിക്കലും ഇവിടെ നിന്ന് പുറത്തുപോകാനാവില്ല. ഇനി എന്ത് സംഭവിക്കുമെന്ന് അറിയില്ല, ഞങ്ങളുടെ കുടുംബാംഗങ്ങൾ അവിടെ കാത്തിരിക്കുകയാണ്.

(അപ്പോൾ ധിഭൻ ഒരു പെൺകുട്ടിയെ കണ്ടു. അവൻ ആ പെൺകുട്ടിയെ വിളിച്ചു.)

ധിഭൻ: മകളുടെ പേരെന്താണ്?

വിധാന: എന്റെ പേര് വിധാന. ഞാൻ വർഷങ്ങളായി ഇവിടെയുണ്ട്, ഞാൻ ഒരു ഫോറസ്റ്റ് കൺസർവേറ്ററാണ്.

താരഖി: മകളേ, നിങ്ങൾ ഒറ്റയ്ക്കാണ്, നിങ്ങളുടെ കുടുംബാംഗങ്ങളല്ല.

നിയമനിർമ്മാണം: അതെ, ഞാൻ തനിച്ചാണ്. എനിക്കും എന്റെ വീട്ടിൽ പോകണം, എന്റെ മാതാപിതാക്കൾ വർഷങ്ങളായി എന്നെ നിരീക്ഷിക്കുന്നുണ്ടാകണം. ഇപ്പോൾ അവന്റെ മകൾ അവനെ വിട്ടുപോയി എന്ന് ഞാൻ കരുതിയിരിക്കണം. ഈ ലോകത്ത് നിന്ന് പുറത്തുകടക്കാൻ ഞാൻ കൊതിക്കുന്നു. നിങ്ങളും ഈ കാട്ടിൽ കുടുങ്ങിയതായി തോന്നുന്നു.

ധിഭാൻ: മകളേ, നിങ്ങൾ ഇത്രയും വർഷമായി ജീവിച്ചു, ഇവിടെ നിന്ന് രക്ഷപ്പെടാൻ നിങ്ങൾ ഒരു വഴി

കണ്ടെത്തിയിരിക്കണം. ഈ കാടിനെ നന്നായി അറിയണം.

വിധാന: ഇല്ല, ഇത്രയും വർഷമായി ഞാൻ ഇവിടെ നിന്ന് ഒരു വഴിയും കണ്ടെത്തിയില്ല, ഞാൻ എല്ലാ ദിവസവും ദൈവത്തോട് പ്രാർത്ഥിക്കാറുണ്ടായിരുന്നു.

താരാഖി: മകളേ, എനിക്ക് നിന്നോട് ഒരു കാര്യം ചോദിക്കാനുണ്ട്. പശു, പോത്ത്, ആട്, പക്ഷികൾ എന്നിവയുടെ ശബ്ദം ഞാൻ ഒരുപാട് ദിവസങ്ങളായി കേൾക്കുന്നു, പക്ഷേ ഇവിടെ എന്തുകൊണ്ടെന്ന് ഞാൻ കാണുന്നില്ല.

വിധാന: അതെനിക്കറിയില്ല, അതെ ശബ്ദം എല്ലാ മൃഗങ്ങളിൽ നിന്നും പക്ഷികളിൽ നിന്നും വരുന്നു.

ദിഭാൻ: അപ്പോൾ നമുക്കൊരിക്കലും ഇവിടെ നിന്ന് പുറത്തുപോകാൻ കഴിയില്ലേ? ഞങ്ങളുടെ വീട്ടിലേക്ക് പോകാൻ കഴിയില്ല.

വിധാന: ഇത്രയും വർഷമായി ഞാൻ അവിടെയുണ്ട്, എനിക്ക് വീട്ടിൽ എത്താൻ കഴിഞ്ഞില്ല. അപ്പോൾ നിങ്ങൾ എങ്ങനെ എത്തിച്ചേരും, ഞങ്ങളും ഈ വനത്തിൽ എന്നേക്കും താമസിക്കേണ്ടിവരും. ഏത് കാടാണെന്ന് എനിക്കറിയില്ല. ഇല്ല, അതിന്റെ പേര് വിലാസമല്ല. ആളില്ലാത്ത വളരെ പിന്നോക്കം നിൽക്കുന്ന ഒരു ലോകത്തിലേക്കാണ് നമ്മൾ എത്തിയിരിക്കുന്നതെന്ന് എനിക്ക് തോന്നുന്നു. ഞങ്ങൾ നാലുപേരേ ഉള്ളൂ.

അന്താരി: അമ്മേ, ഞങ്ങൾ എന്തു ചെയ്യും? നിങ്ങൾ എങ്ങനെ ഇവിടെ നിന്ന് പുറപ്പെടും?

ധിഭൻ: നിങ്ങൾ പുറത്തുപോകും, ധൈര്യം സൂക്ഷിക്കുക. നിങ്ങൾ ഇപ്പോൾ എന്നോട് വിശദീകരിക്കുകയായിരുന്നു, പക്ഷേ ദുർബലരാകരുത്. നമ്മൾ ഒരുമിച്ച് ഒരു വഴി കണ്ടെത്തും.

അന്താരി: അതെ അമ്മേ.

ധിഭാൻ: നിങ്ങളുടെ അമ്മൂമ്മ എന്താണ് പറയുന്നതെന്ന് നിങ്ങൾക്കറിയാമോ. എന്റെ ഉള്ളിലെ മകൾ പഠിത്തത്തിൽ വളരെ വേഗമേറിയവളായിരിക്കുമെന്നും ഒരുപാട് പേര് സമ്പാദിക്കുമെന്നും സമ്പത്ത് സമ്പാദിക്കുമെന്നും എല്ലാവരുടെയും ഹൃദയം കീഴടക്കുമെന്നും അവൾ പറയാറുണ്ടായിരുന്നു. ആദ്യത്തെ ശമ്പളത്തിൽ നിന്ന് എനിക്ക് ഒരു സാരി വാങ്ങി തരും. ഇപ്പോൾ അത് അപൂർണ്ണമായിരിക്കുമെന്ന് ഞാൻ കരുതുന്നു. നാനി മാ നിങ്ങൾക്കായി കാത്തിരിക്കും. എല്ലാ കുടുംബാംഗങ്ങളും ഞങ്ങളെ അന്വേഷിക്കുന്നുണ്ടാവും, നമ്മൾ എവിടെപ്പോയി?

അന്താരി: ഹ മാ നീ പറഞ്ഞത് ശരിയാണ് പക്ഷേ ഞങ്ങൾ പോകും വിഷമിക്കേണ്ട.

താരാഖി: നമ്മൾ ഉപേക്ഷിക്കേണ്ടതില്ല.

അന്താരി: അമ്മേ, എനിക്ക് നൂറു കിട്ടാൻ ഒരു നല്ല കഥ പറയൂ.

ദിഭാൻ: എനിക്ക് ഉറങ്ങാൻ കഴിയുന്നില്ല, ഞാൻ നിങ്ങളോട് കഥ പറയട്ടെ.

അന്താരി: അമ്മേ നീയും അങ്ങനെ തന്നെ ചെയ്യ്, അമ്മാവന്റെ മകനെ നിനക്ക് ഒരുപാട് ഇഷ്ടമാണ് പക്ഷെ ഞാൻ പറഞ്ഞപ്പോൾ നീ സമ്മതിച്ചില്ല.

ദിഭാൻ: ശരി മകളേ, ഞാൻ രണ്ടുപേരോടും കഥ പറയട്ടെ. വിധനാ മകളേ, നീയും എന്റെ അടുക്കൽ വരിക. അതിനാൽ കേൾക്കുക.

രാജുവും മോനുവും എന്ന് പേരുള്ള രണ്ട് സുഹൃത്തുക്കൾ താമസിച്ചിരുന്ന ഒരു ചെറിയ ഗ്രാമം ഉണ്ടായിരുന്നു. ഇരുവരെയും എവിടെയോ ജോലിക്ക് കൊണ്ടുപോയെങ്കിലും ആരും പണി കൊടുത്തില്ല. ഇനി എന്ത് ചെയ്യണം ആരു കാശ് തരും എന്ന ചിന്തയിലായിരുന്നു ഇരുവരും.

ഒരു ജമീന്ദാർ കടന്നുപോകുന്ന ഗ്രാമത്തിന്റെ കവലയിൽ ഇരുവരും ബേത്തിനെക്കുറിച്ചാണ് സംസാരിക്കുന്നത്, രാജുവും മോനുവും പറയുന്നത് കേട്ട്, ജമീന്ദാർ നിർത്തി ഇരുവരോടും സംസാരിക്കാൻ തുടങ്ങി. രാജു വീട്ടുടമസ്ഥനോട് കാര്യം മുഴുവൻ പറഞ്ഞു, ഞങ്ങൾക്ക് പണം വളരെ ആവശ്യമാണ്, ഞങ്ങൾ രണ്ടുപേരെയും എവിടെയെങ്കിലും ജോലി കാണാൻ കൊണ്ടുപോയി, പക്ഷേ ആരും ഞങ്ങൾക്ക് ജോലി തന്നില്ല.

ജമീന്ദാർ പറഞ്ഞു, കുഴപ്പമില്ല, കുറച്ച് പണം എടുക്കൂ, നിങ്ങൾ രണ്ടുപേരും എടുക്കൂ. പണം കണ്ടപ്പോൾ രാജുവും മോനുവും സന്തോഷിച്ചു. ഈ പണം കൊണ്ടാണ് ഞങ്ങൾ ബിസിനസ് തുടങ്ങുന്നതെന്ന് രാജു പറയുന്നു.

അപ്പോൾ മോനു പറയുന്നു, ഈ പണം വീണ്ടും നഷ്ടപ്പെടുത്താൻ ഞങ്ങളെ കൊണ്ടുപോകുന്നു. രാജു വിസമ്മതിച്ചു, ഞങ്ങൾക്ക് ഈ പണം പാഴാക്കാൻ കഴിയില്ല, അത് ശരിയായ ജോലിയിൽ ഉപയോഗിക്കണം. എന്നാൽ മോനു രാജുവിന്റെ വാക്കുകൾ കേൾക്കാതെ എവിടെയോ പോയി കാണാതാവുന്നു.

രാജു ഗ്രാമത്തിലെ ചോരഹെയിൽ ഒരു പച്ചക്കറി മാർക്കറ്റ് കട തുറക്കുന്നത് കണ്ടപ്പോൾ, അവൾ ചുരുങ്ങിയ സമയത്തിനുള്ളിൽ പ്രശസ്തയായി. അയാൾക്ക് ധാരാളം ലാഭം ലഭിച്ചു, കുറച്ച് ദിവസങ്ങൾ കാണാതെ വന്നതിന് ശേഷം മോനു ഗ്രാമത്തിലേക്ക് വരുന്നു, രാജു ഒരു വലിയ കട തുറന്ന് നല്ല ലാഭം നേടുന്നുണ്ടെന്ന് അയാൾ മനസ്സിലാക്കുന്നു.

ഉടൻ തന്നെ മോനു രാജുവിന്റെ അടുത്ത് ചെന്ന് കുറച്ച് പണം ആവശ്യപ്പെട്ടെങ്കിലും രാജു അത് നിരസിച്ചു. ഇരുവരും ഇപ്പോൾ ജമീന്ദാറിന്റെ അടുത്തേക്ക് പോകുന്നു. രാജു പറഞ്ഞു, നിങ്ങളുടെ പണം എടുക്കൂ, ഞാൻ നിങ്ങളുടെ പണം ഒരു ബിസിനസ് പച്ചക്കറി മാർക്കറ്റ് തുറക്കാൻ

നിക്ഷേപിച്ചു, എനിക്ക് നല്ല ലാഭം ലഭിച്ചു. നിങ്ങളുടെ കഠിനാധ്വാനവും കഠിനാധ്വാനവും കൊണ്ടാണ് ഇന്ന് നിങ്ങൾക്ക് വിജയം ലഭിച്ചതെന്ന് ജമീന്ദാർ പറഞ്ഞു.

അപ്പോൾ മോനു പറയുന്നു, എന്നോട് ക്ഷമിക്കൂ, എനിക്ക് നഷ്ടപ്പെട്ട പണമെല്ലാം ഞാൻ പാഴാക്കി. ഞാൻ നിന്നോട് കള്ളം പറയാൻ പോകുകയായിരുന്നു, പക്ഷേ എനിക്ക് കള്ളം പറയാൻ കഴിഞ്ഞില്ല.

മോനുവിനോട് ജമീന്ദാർ പറഞ്ഞു, നിനക്ക് കള്ളം പറയാത്ത നല്ല സ്വഭാവം ഉണ്ട്, കുറച്ച് പണം എടുക്കൂ, ബിസിനസ്സുകാരനെയും തുറക്കണം. മോനു ഗ്രാമീണ ആശുപത്രിക്ക് മുന്നിൽ ഒരു പഴച്ചന്ത തുറന്നു. താമസിയാതെ മോനു നല്ല ലാഭം നേടിത്തുടങ്ങി.

രാജുവും മോനുവും ആത്മാർത്ഥമായ മനസ്സോടെ കഠിനാധ്വാനം ചെയ്തു, ഇന്ന് അവരുടെ കഠിനാധ്വാനം വിജയമായി മാറി. ശരി ഇപ്പോൾ നൂറ് പോകൂ.

നിങ്ങൾ രണ്ടുപേരും കഠിനാധ്വാനം ചെയ്യുമോ ഇല്ലയോ എന്ന് എന്നോട് പറയുക.

അന്താരി: അതെ അമ്മേ, ഞാൻ കഠിനാധ്വാനം ചെയ്യും.

വിധാന: ആന്റിയിലും ഞാൻ കഠിനാധ്വാനം ചെയ്യും.

അന്താരി: വിധാന നിനക്ക് പുസ്തകങ്ങൾ വായിക്കാൻ ഇഷ്ടമാണോ?

വിധാന: എനിക്ക് പുസ്തകങ്ങൾ വായിക്കാൻ ഇഷ്ടമാണ്.

അന്താരി: നിങ്ങളുടെ പ്രിയപ്പെട്ട പുസ്തകങ്ങളിൽ ഏതെങ്കിലും പേരിടുക.

വിധാന: എന്റെ പ്രിയപ്പെട്ട പുസ്തകം "മിഷൻ കച്ച് 1972" ആണ്. വിവേക് കുമാർ ജിയാണ് ഈ പുസ്തകം എഴുതിയത്. നിങ്ങളുടെ പ്രിയപ്പെട്ട പുസ്തകത്തിന്റെ പേരെന്താണ്?

അന്താരി: എന്റെ പ്രിയപ്പെട്ട പുസ്തകം "നാല് അടി ഉയരം" ആണ്. വിവേക് കുമാർ ജിയാണ് ഈ പുസ്തകം എഴുതിയത്.

എന്റെയും നിങ്ങളുടെയും പ്രിയപ്പെട്ട പുസ്തകം ഒരേ രചയിതാവിന്റേതാണ്.

വിധാന: അതെ.

(ഇവിടെ പോക്കർ നഗരത്തിൽ പോയി വിശന്നു വലഞ്ഞ കുട്ടികൾക്കും പ്രായമായവർക്കും പഴങ്ങൾ കൊടുത്തു വീട്ടിലേക്ക് മടങ്ങി. തർഖിയുടെ അച്ഛൻ കമലേഷും അവിടെ എത്തി.)

പോഖർ: സർ, ഞാൻ പഴം വിതരണം ചെയ്തു.

സന്ത് ജ്ഞാനേശ്വർ മഹാരാജ്: നിങ്ങൾ ഒരു നല്ല തെറ്റ് ചെയ്തിട്ടില്ല, അല്ലേ.

പോഖർ: ഇല്ല സർ, ഞാൻ ഒന്നും മറന്നിട്ടില്ല.

സന്ത് ജ്ഞാനേശ്വർ മഹാരാജ്: ആരാണ് നിങ്ങളുടെ പിന്നിൽ? നിങ്ങൾക്ക് ബന്ധുക്കൾ ഉണ്ടെന്ന് തോന്നുന്നു.

കമലേഷ്: ഹലോ സർ. എനിക്ക് അവരുമായി ബന്ധമില്ല.

സന്ത് ജ്ഞാനേശ്വർ മഹാരാജ്: സന്തോഷിക്കൂ. എന്ത് ആവശ്യത്തിനാണ് ഇവിടെ വന്നതെന്ന് പറയൂ.

കമലേഷ്: എന്റെ മകനെയും മരുമകളെയും എന്റെ കൊച്ചുമകളെയും ഏതാനും ആഴ്ചകളായി കാണാതായി. അവൻ നിങ്ങളുടെ ആശ്രമത്തിൽ വന്നിരുന്നു, അതിനുശേഷം വീട്ടിൽ തിരിച്ചെത്തിയില്ല.

സന്ത് ജ്ഞാനേശ്വർ മഹാരാജ്: നിങ്ങളുടെ മകന്റെ തെറ്റ് കാരണം എന്നോട് ക്ഷമിക്കണം, അവൻ ഇപ്പോൾ ഒരു പുതിയ ലോകത്തേക്ക് പോയി. പൽസ എന്നാണ് ആ സ്ഥലത്തിന്റെ പേര്.

കമലേഷ്: സാർ എനിക്ക് വലിയ തെറ്റ് പറ്റി. പോലീസ് സ്റ്റേഷനിൽ പോയി എഫ്ഐആർ രജിസ്റ്റർ ചെയ്യാൻ ഇരുന്നപ്പോൾ മുതൽ അവിടെയുള്ള ഉദ്യോഗസ്ഥൻ സുഖമായി ചായ കുടിച്ചു, പക്ഷേ എഫ്ഐആർ രജിസ്റ്റർ ചെയ്യുന്നില്ല. എനിക്ക് ദേഷ്യം വന്നു ഞാൻ അവന്റെ ജീവനെടുത്തു. അവർ

എന്റെ ജീവനും എടുക്കുമെന്ന് എനിക്കറിയാം, പക്ഷേ എനിക്ക് ഭയമില്ല. ഒരു ദിവസം മരിക്കണം.

സന്ത് ജ്ഞാനേശ്വർ മഹാരാജ്: കുഴപ്പമില്ല. മരണം എഴുതിയാൽ മരണമുണ്ടാകും. അത് സംഭവിക്കുന്നത് തടയാൻ ആർക്കും കഴിയില്ല.

കമലേഷ്: അപ്പോൾ അവന് ഒരിക്കലും തിരിച്ചു വരാൻ കഴിയില്ലേ? എന്തെങ്കിലും വഴിയുണ്ടാകണം, മഹാരാജ് ജി, നിങ്ങൾക്കത് ലഭിക്കും.

സന്ത് ജ്ഞാനേശ്വർ മഹാരാജ്: പാത വളരെ ദുഷ്കരമാണ്. പൾസയിലെ ഒരു നദിക്കരയിൽ ഒരു മരമുണ്ട്, അതിന്റെ കൊമ്പ് മുറിച്ച് കുളിക്കാൻ പോയാൽ അവിടെ നിന്ന് മോചിതനാകാം. അതെ, അവൻ സ്വതന്ത്രനാണെങ്കിൽ, ഞാൻ മോചിതനായി എന്ന് അവൻ മറ്റൊരാളോട് പറയില്ല, അല്ലാത്തപക്ഷം അവനും മോചിതനാകാൻ കഴിയില്ല.

കമലേഷ്: ഒരാൾ സ്വതന്ത്രനായാൽ മറ്റേയാളോട് പറയുമെന്ന് കരുതുക. ഞാൻ ഇത് ചെയ്താൽ ഞാൻ സ്വതന്ത്രനായി, അവൻ പറഞ്ഞില്ലെങ്കിൽ ആ ആളുകൾ അവിടെ തുടരും.

സന്ത് ജ്ഞാനേശ്വർ മഹാരാജ്: അതുകൊണ്ടാണ് അദ്ദേഹത്തിന് തിരിച്ചുവരാൻ പ്രയാസമാണെന്ന് ഞാൻ പറഞ്ഞത്. ആരെങ്കിലും സ്വതന്ത്രനായാൽ, അവൻ തന്റെ വീടിന്റെ വാതിൽ കാണാൻ തുടങ്ങും, പക്ഷേ അയാൾ മറ്റൊരാളോട് പറഞ്ഞാൽ ആ വാതിലും അടച്ചിരിക്കും, അതുകൊണ്ടാണ് പാത വളരെ ബുദ്ധിമുട്ടുള്ളത്.

കമലേഷ്: മഹാരാജ്ജി, വേറെ എന്തെങ്കിലും വഴിയുണ്ടാകണം. എന്റെ മകനും മരുമകളും എന്റെ കൊച്ചുമകളും അവിടെ കുടുങ്ങി, പാവം എന്ത് അവസ്ഥയിലാകും, എനിക്കറിയില്ല, നിങ്ങൾ എന്നെ സഹായിക്കൂ.

സന്ത് ജ്ഞാനേശ്വര് മഹാരാജ്: മറ്റൊരു വഴി കൂടിയുണ്ട്. ഞാൻ തപസ്സനുഷ്ഠിച്ച അതേ മരത്തിൽ, ആരെങ്കിലും ആ വൃക്ഷത്തിന് വെള്ളം നൽകിയാൽ, ആ മനുഷ്യരെല്ലാം അവിടെ നിന്ന് മോചിപ്പിക്കപ്പെടും, മൃഗങ്ങളും പക്ഷികളും പൾസാവിൽ നിന്ന് മോചിതരാവും. എല്ലാവർക്കും പുതിയ ജീവിതം ലഭിക്കും. എന്നാൽ ഈ മരത്തിന് വെള്ളം നൽകണമെന്ന് നിങ്ങൾക്ക് മറ്റാരോടും പറയാനാവില്ല. ആരെങ്കിലും അശ്രദ്ധമായി വെള്ളം നൽകിയാൽ എല്ലാം സൗജന്യമായിരിക്കും.

കമലേഷ്: ഈ പ്രതിവിധിയും ബുദ്ധിമുട്ടാണ്. എന്നാൽ അവൻ എങ്ങനെ പൾസയിൽ എത്തി?

സന്ത് ജ്ഞാനേശ്വർ മഹാരാജ്: ഞാൻ ആ മരത്തിന്റെ ചുവട്ടിൽ ഇരുന്നു 100 വർഷം തപസ്സുചെയ്യുകയായിരുന്നു. അങ്ങനെ എന്റെ തപസ്സ് പൂർത്തിയാകുമ്പോൾ, എനിക്ക് പൾസയിൽ പോയി അവിടെ തടവിലാക്കിയ മൃഗങ്ങളെയും പക്ഷികളെയും മോചിപ്പിക്കാം. അവരുടെ ക്ഷേമത്തിനായി ഞാൻ ആശംസിച്ചു. എനിക്ക് ഒരു നിയമവും ശാപവും ഉണ്ടായിരുന്നു, ആരെങ്കിലും എന്റെ തപസ്സ് ലംഘിച്ചാൽ, അവൻ പൾസയിൽ പോകും. നിങ്ങളുടെ മകനും മരുമകളും കൊച്ചുമകളും അതുതന്നെ ചെയ്തു. അതേ ദിവസം തന്നെ എന്റെ തപസ്സ് പൂർത്തിയാകാറായെങ്കിലും അത് അപൂർണ്ണമായി തുടർന്നു. 100 വർഷത്തേക്ക് എനിക്ക് വീണ്ടും തപസ്സുചെയ്യാൻ കഴിയില്ല.

കമലേഷ്: എന്തുകൊണ്ടാണ് നിങ്ങൾക്ക് പൾസ് ഇത്ര പ്രധാനമായത്?

സന്ത് ജ്ഞാനേശ്വർ മഹാരാജ്: അതുകൊണ്ട് ഞാൻ പറയുന്നത് ശ്രദ്ധയോടെ കേൾക്കുക. നൂറ്റാണ്ടുകൾ പഴക്കമുള്ള കാര്യമാണത്. പണ്ട് ആ സ്ഥലത്ത് ഒരു പാവം മനുഷ്യനുണ്ടായിരുന്നു. അവൻ എല്ലാ മൃഗങ്ങളെയും പിടിച്ച്

പച്ചയായി തിന്നു.

ഞാൻ തടയാൻ ശ്രമിച്ചപ്പോൾ അയാൾ എന്നെ ആക്രമിക്കാൻ ശ്രമിച്ചു. എല്ലാ ദിവസവും മൃഗങ്ങളെയും പക്ഷികളെയും ജീവനോടെ തിന്നുകയും തനിക്ക് ഒരു അനുഗ്രഹം ലഭിക്കുകയും ചെയ്തുവെന്ന് അദ്ദേഹം വിശ്വസിച്ചില്ല. അവൻ ആഗ്രഹിക്കുന്നതെന്തും നേടാമായിരുന്നു, പക്ഷേ ഒരിക്കൽ മാത്രം.

ഇരുപത്തിയൊന്നാം നൂറ്റാണ്ടിലെ എല്ലാ മൃഗങ്ങളെയും പക്ഷികളെയും മൃഗങ്ങളെയും ഈ ഭൂമിയിൽ തടവിലാക്കണമെന്ന് അവൻ ദൈവത്തോട് പറഞ്ഞു, അതിനാൽ എനിക്ക് അവ ദിവസവും കഴിക്കാം, എന്റെ വിശപ്പ് അപ്രത്യക്ഷമാകും. ദൈവം എല്ലാ മൃഗങ്ങളെയും പക്ഷികളെയും പൽസയിലെ ഒരു മരത്തിന്റെ ചുവട്ടിൽ തടവിലാക്കി. ആരായാലും ആ മരത്തിന്റെ കൊമ്പ് മുറിച്ച് നദിയിൽ കുളിച്ചാൽ അവൻ സ്വതന്ത്രനാകും.

ഒരു ദിവസം ഞാൻ അവനെ തടയാൻ ശ്രമിച്ചു, നിങ്ങൾ എന്തിനാണ് ഈ നിരപരാധികളായ മൃഗങ്ങളെ തിന്നുന്നത്. ഞാൻ അവനോട് എത്രമാത്രം വിശദീകരിച്ചു, പക്ഷേ അവന് മനസ്സിലായില്ല. ഞാൻ അയാൾക്ക് വധശിക്ഷ വിധിച്ചു. പൾസയിൽ വസിക്കുന്ന ജീവികൾ അന്നുമുതൽ കാത്തിരിക്കുകയാണ്. എല്ലാത്തിനുമുപരി, ഞങ്ങൾ എപ്പോഴാണ് ഇവിടെ നിന്ന് മോചിതരാകുന്നത്, നിങ്ങളുടെ മകൻ അതേ തപസ്സ് ലംഘിച്ചു. അവരുടെ ജീവിതം സ്വതന്ത്രമായ ഒരു ജീവിതത്തിന്റെ ഉത്ഭവമാണ് പൾസ. ഞാൻ അനശ്വരനായി, ഈ കാര്യം മാത്രമേ നിങ്ങളോട് പറയുന്നുള്ളൂ. നീ ആരോടും പറയരുത്.

കമലേഷ്: സാർ. (ദുഃഖകരമായ)

സന്ത് ജ്ഞാനേശ്വർ മഹാരാജ്: വിഷമിക്കേണ്ട, ആരെങ്കിലും അല്ലെങ്കിൽ മറ്റൊരാൾ തീർച്ചയായും ഈ

പേരക്കയ്ക്ക് വെള്ളം നൽകും. ഇനി നീ വീട്ടിൽ പോയി വിശ്രമിക്ക്. മരത്തിന് വെള്ളം നൽകാൻ ആരോടെങ്കിലും പറഞ്ഞാൽ, അവർ അവിടെ പൾസയിൽ തങ്ങുമെന്ന് ഓർമ്മിക്കുക.

കമലേഷ്: സർ, എനിക്ക് വെള്ളം നൽകാമോ?

സന്ത് ജ്ഞാനേശ്വർ മഹാരാജ്: ഇല്ല, ഞാൻ നിങ്ങളോട് പറഞ്ഞതുകൊണ്ട് നിങ്ങൾക്ക് വെള്ളം നൽകാൻ കഴിയില്ല. പക്ഷേ നീ ആരോടും പറയരുത്. ഇപ്പോൾ നിങ്ങൾക്ക് പോകാം.

കമലേഷ്: സാർ. എന്നാൽ പോലീസ് സ്റ്റേഷനിൽ പോയി എഫ്ഐആർ രജിസ്റ്റർ ചെയ്തിട്ടുണ്ട്.

സന്ത് ജ്ഞാനേശ്വര് മഹാരാജ്: അവരെല്ലാം മറ്റൊരു ലോകത്താണെന്ന് ആരോടും പറയരുത്. അവർക്ക് അത് ലഭിച്ചുവെന്ന് നിങ്ങൾ അവരോട് പറയുക. അയൽവാസിയുടെ വീട്ടിൽ പോയി. നിനക്ക് മാത്രമേ എന്നെ കാണാൻ കഴിയൂ എന്ന് ഓർക്കുക.

(പിന്നെ പോലീസ് അവിടെ എത്തുന്നു)

പോലീസ്: കമലേഷ് നീ ഇവിടെ എന്താണ് ചെയ്യുന്നത്. നിങ്ങളുടെ കുടുംബത്തെ കണ്ടെത്തിയോ?

കമലേഷ്: അതെ, എന്റെ കുടുംബാംഗങ്ങളെ കണ്ടെത്തി. അവൻ അയൽവാസിയുടെ വീട്ടിൽ പോയിട്ടുണ്ട്. ഇന്ന് അവൻ എന്നെ വിളിച്ച് പറഞ്ഞു. ഞാൻ നിങ്ങളോട് പറയാൻ ഇരിക്കുകയായിരുന്നു, പക്ഷേ നിങ്ങൾ വന്നിരിക്കുന്നു.

പോലീസ്: ഞങ്ങളെ വിളിച്ച് അറിയിക്കൂ. അതുകൊണ്ട് നമുക്ക് പോകാം, നമുക്ക് അത് ഉറപ്പായി ലഭിച്ചു, അല്ലേ? പിന്നെ എന്തിനാണ് നിങ്ങൾ കണ്ടുമുട്ടിയത്? നാളെ കോടതിയിൽ ഹാജരാകണം.

കമലേഷ്: ഞാൻ കണ്ടില്ലെങ്കിൽ പിന്നെ എന്തിനാ ഞാൻ പറയുന്നത് അവൻ അയൽവാസിയുടെ വീട്ടിൽ പോയെന്ന്.

കോടതിയിൽ ഹാജരാകാൻ ഞാൻ ഭയപ്പെടില്ല.

പോലീസ്: ശരി, പക്ഷേ നിങ്ങൾ ഇവിടെ എന്താണ് ചെയ്യുന്നത്?

കമലേഷ്: ഞാൻ ഇവിടെ നിന്ന് പോകുകയായിരുന്നു, അതിനാൽ എനിക്ക് മഹാരാജ് ജിയെ ദർശിക്കണമെന്ന് കരുതി, പക്ഷേ ഇപ്പോൾ ഞാൻ വീട്ടിലേക്ക് പോകുന്നു. നിങ്ങൾ എന്തിനാണ് ഇത്ര ബുദ്ധിമുട്ടുന്നത്, ഞാൻ എവിടെ മരിച്ചാലും എന്തെങ്കിലും ചെയ്താലും, നിങ്ങൾ ആരാണ്?

(പോലീസുകാർ രഹസ്യമായി നിരീക്ഷിക്കാൻ തുടങ്ങി. അവൻ ആരോടാണ് സംസാരിക്കുന്നത്, പക്ഷേ അവിടെ ആരും ഉണ്ടായിരുന്നില്ല.)

സന്ത് ജ്ഞാനേശ്വർ മഹാരാജ്: ഇപ്പോൾ നീയും വീട്ടിൽ പോയി വിശ്രമിക്കൂ, കാര്യം ആരും അറിയരുതെന്ന് ഓർക്കുക.

കമലേഷ്: സാർ.

സന്ത് ജ്ഞാനേശ്വർ മഹാരാജ്: ഹോളോകോസ്റ്റ് തീർച്ചയായും വരും. ഹോളോകോസ്റ്റിന്റെ അർത്ഥം നിങ്ങൾക്കറിയാം. പ്രളയ് എന്നാൽ നാശം.

ഹൈന്ദവ ഗ്രന്ഥങ്ങളിൽ അടിസ്ഥാനപരമായി നാല് തരം പ്രളയത്തെ പരാമർശിച്ചിട്ടുണ്ട്. ആദ്യത്തേത് ഏതെങ്കിലും ഭൂമിയിൽ നിന്നുള്ള ജീവന്റെ അന്ത്യം, രണ്ടാമത്തേത് ഭൂമി നശിച്ച് ചാരമായി മാറുന്നു, മൂന്നാമത്തേത് സൂര്യൻ ഉൾപ്പെടെയുള്ള ഗ്രഹങ്ങളും നക്ഷത്രസമൂഹങ്ങളും നശിച്ച് നാലാമത്തെ ഭസ്മം ബ്രഹ്മത്തിൽ ലയിക്കുന്നു, അതായത്, അത് വീണ്ടും ദഹിപ്പിക്കപ്പെടില്ല. , വീണ്ടും.: ഒന്നുമില്ലാത്ത അവസ്ഥയിൽ ആയിരിക്കുക. ഈ വിനാശം ലീലയെ നിത്യ, അതിയാടിക്, നൈമിത്തിക്, പ്രാകൃതപ്രളയ് എന്നിങ്ങനെ തിരിച്ചിരിക്കുന്നു.

ജനിച്ചവനും മരിക്കണം. ഉയരുന്നതെന്തായാലും, അവന്റെ ക്രമീകരണവും ഉറപ്പാണ്, അതിനാൽ അവന് വീണ്ടും ഉയരാൻ

കഴിയും. ഇതാണ് ലോകചക്രം. ഈ ലോകം എങ്ങനെ സൃഷ്ടിക്കപ്പെട്ടു, അത് എങ്ങനെ പ്രവർത്തിക്കുന്നു, എങ്ങനെ ലയിപ്പിക്കും. പുരാണങ്ങളിൽ ഇത് സംബന്ധിച്ച് വിശദമായ പരാമർശമുണ്ട്.

പുരാണങ്ങളിൽ, സൃഷ്ടി, ജീവന്റെ ഉത്ഭവം, ഉയർച്ച, സംഹാരം എന്നിവയെ കാണ്ഡങ്ങളായി തിരിച്ചിരിക്കുന്നു. എന്നിരുന്നാലും, പുരാണങ്ങളുടെ ഈ ആശയം വിശദമായി വിശദീകരിക്കാൻ പ്രയാസമാണ്. അതുകൊണ്ടാണ് പ്രപഞ്ചത്തെ കുറിച്ച് പറയുന്നതിന് പകരം ഭൂമിയിലെ സൃഷ്ടി, വികസനം, ഉന്നമനം, ദുരന്തം എന്നിവയെ കുറിച്ച് മാത്രം പറയുന്നത്.

ഭൂമിയിൽ വിപത്ത് വരുമ്പോഴെല്ലാം മഹാവിഷ്ണു അവതാരമെടുക്കുന്നു.

കലിയുഗാവസാനത്തിൽ, അപ്പോൾ മഹാവിപത്ത് എങ്ങനെ സംഭവിക്കും: കലിയുഗത്തിന്റെ മതത്തിന് കീഴിലുള്ള ശ്രീമദ് ഭഗവതിന്റെ പന്ത്രണ്ടാം വിഭാഗത്തിൽ, ശ്രീ ശുകദേവതി പരീക്ഷിത്ത്ജിയോട് പറയുന്നു, ഭയാനകമായ കലിയുഗം വരാനിരിക്കുന്നതിനാൽ, പുരോഗമന മതം, സത്യം, ശുദ്ധി, ക്ഷമ, കരുണ, പ്രായം, ശക്തി, ഓർമ്മശക്തി ഇല്ലാതാകും.... അതായത് കാലം കൂടുമ്പോൾ ആളുകളുടെ പ്രായവും കുറയും....

കലിയുഗത്തിന്റെ അവസാനത്തിൽ... കൽക്കി അവതാരമാകുമ്പോൾ മനുഷ്യന്റെ ആത്യന്തികമായ പ്രായം 20-ഓ 30-ഓ വയസ്സ് മാത്രമായിരിക്കും. കൽക്കി അവതാരം എപ്പോൾ വരും? നാല് വർണ്ണങ്ങളിലുള്ളവർ ശൂദ്രരെപ്പോലെയാകും.

പശുക്കളും ആടുകളെപ്പോലെ ചെറുതും പാലുൽപാദിപ്പിക്കുന്നതും കുറയുകയും ചെയ്യും....മഴ പെയ്തില്ല... നാം ഉഗ്രമായ കൊടുങ്കാറ്റ് സൃഷ്ടിക്കും.

കലിയുഗത്തിന്റെ അവസാനത്തിൽ കൊടുങ്കാറ്റും ഭൂകമ്പവും മാത്രമേ ഉണ്ടാകൂ. ആളുകൾ വീടുകളിൽ താമസിക്കില്ല.

ആളുകൾ കുഴികൾ കുഴിച്ചുകൊണ്ടേയിരിക്കും. ഭൂമിയുടെ ഫലഭൂയിഷ്ഠമായ ഭാഗം ഭൂമിയുടെ മുക്കാൽ ഭാഗം വരെ, അതായത് ഏകദേശം നാലര അടി താഴെ വരെ നശിപ്പിക്കപ്പെടും. ഭൂകമ്പങ്ങൾ സംഭവിക്കും.... കലിയുഗം കഴിയുമ്പോഴേക്കും മനുഷ്യന്റെ സ്വഭാവം കഴുതകളെപ്പോലെയാകും. ആളുകൾ പലപ്പോഴും വീട്ടുജോലികൾക്ക് ഭാരവും വിധേയരും ആയിത്തീരും. അത്തരമൊരു സാഹചര്യത്തിൽ, ധർമ്മം സംരക്ഷിക്കുന്നതിനായി, ദൈവം തന്നെ സത്ഗുണത്തെ സ്വീകരിച്ച് അവതാരമെടുക്കും.

സൂക്ഷ്മവേദ പ്രകാരം, ഇപ്പോൾ സ്വർഗത്തിൽ കഴിയുന്ന രാജാവ് ഹരിശ്ചന്ദ്രജി, ശ്രീ വിഷ്ണുവിന്റെ ആജ്ഞ പ്രകാരം കൽക്കി അവതാരത്തിൽ വരും. അവൻ വിഷ്ണു ലോകത്തിൽ ഇരിക്കുന്നു, അവിടെ അവൻ തന്റെ പുണ്യങ്ങളുടെ ഫലം ആസ്വദിക്കുന്നു.

മഹാഭാരതം: മഹാഭാരതത്തിൽ, കലിയുഗത്തിന്റെ അവസാനത്തിൽ ഒരു മഹാപ്രളയത്തെക്കുറിച്ച് പരാമർശമുണ്ട്, പക്ഷേ അത് ഏതെങ്കിലും ജലദുരന്തം മൂലമല്ല, മറിച്ച് ഭൂമിയിൽ അനുദിനം വർദ്ധിച്ചുകൊണ്ടിരിക്കുന്ന ചൂട് മൂലമായിരിക്കും. കലിയുഗത്തിന്റെ അവസാനത്തിൽ സൂര്യന്റെ തെളിച്ചം വളരെയധികം വർദ്ധിക്കുകയും ഏഴ് കടലുകളും നദികളും വറ്റുകയും ചെയ്യുമെന്ന് മഹാഭാരതത്തിലെ വനപർവ്വത്തിൽ പരാമർശിക്കപ്പെടുന്നു.

സംവർത്തക് എന്ന പേരിന്റെ അഗ്നി പാതാളം വരെ ഭൂമിയെ ദഹിപ്പിക്കും. മഴ പൂർണമായും നിലയ്ക്കും. എല്ലാം കത്തിത്തീരും, പിന്നെ പന്ത്രണ്ടു വർഷം തുടർച്ചയായി മഴ

പെയ്യും. അതുമൂലം ഭൂമി മുഴുവൻ വെള്ളത്തിൽ മുങ്ങും.

കമലേഷ്: മഹാരാജ്ജി, പക്ഷേ അയാൾക്ക് ഭക്ഷണം കിട്ടുന്നുണ്ടാവും, അല്ലേ?

സന്ത് ജ്ഞാനേശ്വര് മഹാരാജ്: അതിനെക്കുറിച്ച് വിഷമിക്കേണ്ട, നിങ്ങളാണ് ആ ദൈവലോകം, എല്ലാത്തരം ഫലങ്ങളും ഉണ്ട്.

കമലേഷ്: പിന്നെ എങ്ങനെയാണ് ജീവജാലങ്ങളെ ദൈവത്തിന്റെ ലോകത്ത് തടവിലിടുക.

സന്ത് ജ്ഞാനേശ്വർ മഹാരാജ്: അതൊരു അനുഗ്രഹമായിരുന്നു. ആ പാവം എല്ലാ ജീവജാലങ്ങളെയും ആവശ്യപ്പെട്ടപ്പോൾ. അപ്പോൾ ദൈവത്തിനു പോലും ആ അനുഗ്രഹം ഒഴിവാക്കാൻ കഴിഞ്ഞില്ല. അതുകൊണ്ട് 100 വർഷത്തെ തപസ്സായിരുന്നു പൾസയുടെ ഏക മാർഗം. ഒരു കാര്യം ഓർക്കുമ്പോൾ, ഒരിക്കലും പാപം ചെയ്യാത്ത ആളുകളെ മാത്രമേ എനിക്ക് കാണാനാകൂ, ശുദ്ധ സസ്യാഹാരിയെ മാത്രമേ എനിക്ക് കാണാനാകൂ.

കമലേഷ്: ഞാൻ പോകുന്നു ഇപ്പോൾ ഇരുട്ടായി.

(കമലേഷ് പോയതിന് ശേഷം, വിശുദ്ധ ജ്ഞാനേശ്വർ മഹാരാജ് ധ്യാനിക്കാൻ മരത്തിന്റെ ചുവട്ടിൽ ഇരുന്നു. ഇനി നമുക്ക് തർഖിയിലേക്ക് പോകാം, അവിടെ പൽസയിൽ ജീവൻ മുറിയുന്നു. വഴിയിൽ കമലേഷ് തനിച്ചായിരുന്നു, പോലീസുകാർ അവനെ പിന്തുടർന്നു നഗരത്തിലേക്ക്, അപ്പോൾ കമലേഷ് പിന്തുടർന്ന് ഞാൻ തിരിഞ്ഞു നോക്കി.

പോലീസുകാർ എന്റെ പിന്നാലെ വരുന്നത് കണ്ടു, അവർ എന്നെ നേരിടാൻ വന്നതാണെന്ന് അയാൾക്ക് മനസ്സിലായി, നിങ്ങൾ എന്നെ നേരിടാൻ വന്നതാണെന്ന് എനിക്കറിയാം, എന്നെ കൊല്ലാം എന്ന് പറഞ്ഞു, പോലീസുകാർ അവനെ അവിടെ അടിച്ചു, കമലേഷിന്റെ മൃതദേഹം അവിടെ എറിഞ്ഞു. റോഡിന്റെ നടുവിൽ.)

അന്താരി: ഇന്ന് മുതൽ ഞങ്ങൾ എല്ലാവരും ഒരുമിച്ചായിരിക്കും. ജീവജാലങ്ങളെ അറിയില്ല, പക്ഷേ പ്രേതങ്ങളുടെ ഒരു ശേഖരം ഉണ്ടായിരിക്കണം. ഞാൻ ഒരു ചെറിയ തടി വീട് പണിതിട്ടുണ്ട്. വിരോധമില്ലെങ്കിൽ നിനക്ക് എന്റെ കൂടെ നിൽക്കാം. നിങ്ങൾ എല്ലാവരും താമസിച്ചാൽ ഞാനും ആഗ്രഹിക്കുന്നു. എന്തായാലും ഒറ്റയ്ക്കാണ് ജീവിക്കുന്നത്, ഈ കാട്ടിൽ ആരുമില്ലേ എന്ന് കരുതി.

താരാഖി: ഞങ്ങൾക്ക് നിങ്ങളോടൊപ്പം നിൽക്കാം. ഞങ്ങൾ കാര്യമാക്കുന്നില്ല. എന്തായാലും നീ എന്റെ മകളെ പോലെയാണ്. ഞാൻ എന്തിന് ഈ കാട്ടിൽ നിന്നെ തനിച്ചാക്കണം?

ധിഭൻ: നിങ്ങൾ ഒരുമിച്ച് നിന്നാൽ നന്നായിരിക്കും. എന്തായാലും രാത്രിയായി.

അന്താരി: അതെ, നമുക്ക് വീട്ടിൽ പോകാം. പിന്നെ ഞങ്ങൾ മിണ്ടാതെ ഇരുന്നു സംസാരിക്കും.

താരഖി: കുട്ടിക്കാലത്ത് അന്താരി വളരെ വികൃതിയായിരുന്നു. അമ്മൂമ്മ അമ്മയുടെ മുടിയിൽ പിടിച്ച് പറയുമായിരുന്നു. എന്റെ കുതിര ടിക്ക് ടിക്ക് വരൂ. അമ്മായിയെ പ്രേതമെന്ന് വിളിച്ച് ആക്രോശിക്കുക പതിവായിരുന്നു. ശരി, അവൾ ശരിക്കും ഭയങ്കരയായി കാണപ്പെട്ടു.

അന്താരി: നീയും നിന്റെ അച്ചരനല്ലേ? എവിടെയും എപ്പോൾ വേണമെങ്കിലും എന്നോട് പരാതിപ്പെടാൻ തുടങ്ങുക.

ധിഭൻ: വിധാന മകളേ, നിന്നെക്കുറിച്ച് എന്തെങ്കിലും പറയൂ.

വിധാന: ഞാനിപ്പോൾ ഒമ്പതാം ക്ലാസിൽ പഠിക്കുന്നു. എന്റെ അച്ചരൻ ഒരു പട്ടാളക്കാരനാണ്. എന്റെ അമ്മ ബാങ്ക് മാനേജരാണ്.

ധിഭാൻ: നിങ്ങളുടെ വീട്ടിലെ എല്ലാവരും വിദ്യാഭ്യാസമുള്ളവരും സർക്കാർ ജോലിയുള്ളവരുമാണ്. വളരെ സുന്ദരനായ ഒരു ഭർത്താവിനെ കിട്ടിയത് എന്റെ ഭാഗ്യം മാത്രം. എന്റെ ഭർത്താവ് അഞ്ചാമത്തെ പരാജയമാണ്.

താരാഖി: നീ എന്തുതരം വിദ്യാഭ്യാസമാണ്, നിങ്ങൾ വയലിൽ മേയാൻ ആളൊഴിഞ്ഞ പോത്തിനെ-ആടുകളെ കൊണ്ടുപോകുമായിരുന്നു, എന്നിട്ടും ഞാൻ നിന്നെ വിവാഹം കഴിച്ചു. ഞാൻ വിധിച്ചത് എനിക്ക് കിട്ടി നിന്നെ കിട്ടി.

ധിഭൻ: ഈ പാവപ്പെട്ടവനെ ഓർത്ത് കുടുംബാംഗങ്ങൾ വളരെ വിഷമിച്ചിരിക്കണം. വരൂ, ഞങ്ങൾ ഞങ്ങളുടെ മുഴുവൻ കുടുംബത്തോടൊപ്പമാണ്, പക്ഷേ വിധന അവളുടെ മാതാപിതാക്കളിൽ നിന്ന് വളരെ അകലെയാണ്, പാവം വിധന.

നിയമനിർമ്മാണം: സാരമില്ല, നിങ്ങൾ എപ്പോഴെങ്കിലും സ്വതന്ത്രനാകും. നമുക്ക് ഭക്ഷണം കഴിക്കാം. ഇന്ന് ഞാൻ മുന്തിരി, തണ്ണിമത്തൻ, പപ്പായ, അംല, ബത്വുവ എന്ന വിലാസവുമായി വന്നിരിക്കുന്നു. എല്ലാവരും ഒരുമിച്ചിരുന്ന് വേഗം ഭക്ഷണം കഴിച്ച് നൂറിലേക്ക് പോകുന്നു.

(നൂറുപേരും ഭക്ഷണം കഴിച്ച് പോകുന്നു. പക്ഷേ ആർക്കും ഉറക്കം വരുന്നില്ല. കാരണം അവർക്ക് അവരവരുടെ വീടുകളിലേക്ക് പോകേണ്ടിവന്നു. ഇവിടെ സന്യാസി ജ്ഞാനേശ്വർ മഹാരാജ് മരത്തിന്റെ ചുവട്ടിൽ ധ്യാനനിരതനായി ഇരിക്കുകയായിരുന്നു. അപ്പോഴാണ് വിവേക് കുമാർ അവിടെ എത്തിയത്.)

സന്ത് ജ്ഞാനേശ്വർ മഹാരാജ്: നിങ്ങൾ ആരാണ്, രാത്രിയിൽ നിങ്ങൾ ഇവിടെ എന്താണ് ചെയ്യുന്നത്.

വിവേക് കുമാർ പാണ്ഡെ: എന്റെ പേര് വിവേക് കുമാർ. നന്ദി സർ

സന്ത് ജ്ഞാനേശ്വര് മഹാരാജ്: രാജവംശത്തോട് പറയൂ, ഇത്തരമൊരു രാത്രിയിൽ നിങ്ങൾക്ക് എന്താണ് ജോലി.

വിവേക് കുമാർ പാണ്ഡെ: അങ്ങനെ തോന്നിയില്ല. അതിനാൽ ക്ഷേത്രം അടുത്താണ്, നിങ്ങളെ കണ്ടുമുട്ടുമെന്നും ദൈവവും കാണുമെന്നും കരുതി.

സന്ത് ജ്ഞാനേശ്വർ മഹാരാജ്: നിങ്ങൾക്ക് ദൈവത്തോട് വളരെയധികം അടുപ്പം ഉള്ളത് വളരെ സന്തോഷകരമായി തോന്നുന്നു. വരൂ വംശത്തിൽ പ്രവേശിക്കുക. നിന്നേപ്പറ്റി പറയൂ.

വിവേക് കുമാർ പാണ്ഡെ: ഞാൻ എന്ത് പറയണം, മഹാരാജ്ജി, നിൽക്കട്ടെ, ഞാൻ ദർശനം കഴിഞ്ഞ് വീട്ടിലേക്ക് പോകാം.

സന്ത് ജ്ഞാനേശ്വർ മഹാരാജ്: രാജവംശത്തോട് പറയൂ, നിങ്ങളെക്കുറിച്ച് പരിഭ്രാന്തരാകരുത്.

വിവേക് കുമാർ പാണ്ഡെ: അതെ. എന്റെ പേര് വിവേക് കുമാർ പാണ്ഡെ, ഞാൻ ഒരു എഴുത്തുകാരനാണ്, ഞാൻ ഗുജറാത്തിലെ സൂറത്തിലാണ് താമസിക്കുന്നത്, 2002 സെപ്റ്റംബർ 30 നാണ് ഞാൻ ജനിച്ചത്, കുട്ടിക്കാലം മുതൽ ഒരു നടനാകാൻ ഞാൻ സ്വപ്നം കാണുന്നു, ഇപ്പോഴും ചെയ്യുന്നു. ആളുകൾ എന്താണ് ചെയ്യുന്നതെന്ന് ഞാൻ ഒരിക്കലും ചിന്തിക്കുന്നില്ല, ഞാൻ ചെയ്യുന്നത് ഞാൻ ചെയ്യുന്നു, ഞാൻ ഇന്ന് വിജയിക്കുന്നു, അതിനാൽ അവൻ ഇന്ന് തന്റെ പിതാവ് കാരണം ജീവിച്ചിരുന്നെങ്കിൽ, അവൻ വളരെ സന്തോഷവാനായിരുന്നു, അവൻ എപ്പോഴും എന്നോടൊപ്പം ഉണ്ടായിരിക്കും.

എന്റെ യഥാർത്ഥ ജീവിതത്തിലെ സൂപ്പർസ്റ്റാറും സൂപ്പർഹീറോയും എന്റെ പ്രിയപ്പെട്ട പപ്പയാണ്. ഞാൻ നിന്നെ സ്നേഹിക്കുന്നു പപ്പാ എന്റെ കയ്യിലെ ചായ പപ്പയ്ക്ക് വളരെ ഇഷ്ടമായിരുന്നു.

ചായ കുടിക്കണമെന്ന് തോന്നിയപ്പോൾ അവൻ പറയുമായിരുന്നു. എനിക്ക് ചായ കുടിക്കണം, ആരു ഉണ്ടാക്കും, അമ്മ പറയുന്നു, ഞാൻ ഉണ്ടാക്കും, പക്ഷേ എന്റെ മകൻ അത് ഉണ്ടാക്കുമെന്ന് മകൻ പറയുന്നില്ല. അവന്റെ കയ്യിലെ ചായ എനിക്ക് വളരെ ഇഷ്ടമാണ്. ഞാൻ ജോലി കഴിഞ്ഞ് വരുമ്പോൾ, ഞാൻ വിവേകിനെ മകനെ വിളിച്ചു, നീ എന്ത് കഴിക്കുമെന്ന് എന്നോട് പറയുക, ആപ്പിൾ എടുക്കുക. ഞാൻ പറഞ്ഞു ശരി അത് എടുക്കൂ അച്ഛാ. ഒരു കിലോ അല്ലെങ്കിൽ 2 കിലോ എത്രയെന്ന് പപ്പ പറയും.

ഞാൻ പറയുന്നു ഇല്ല, പപ്പ എന്നിൽ മാത്രമേ കഴിക്കൂ, സഹോദരനും സഹോദരിക്കും പഴങ്ങൾ ഇഷ്ടമല്ല, അതിനാൽ 3 ആപ്പിൾ എടുക്കുക. പക്ഷേ അച്ഛൻ എനിക്കായി രണ്ടും മൂന്നും കിലോ പഴങ്ങൾ കൊണ്ടുവരുമായിരുന്നു. ആദ്യം എന്നെ കൊണ്ടുപോകൂ എന്നിട്ട് വിളിക്കൂ. എപ്പോഴും ഇത് ചെയ്യാറുണ്ടായിരുന്നു.

എന്നെ വളരെയധികം സ്നേഹിക്കുകയും ബഹുമാനിക്കുകയും ചെയ്തുവെന്ന് ഞാൻ പറയുന്നില്ല. അവൻ തന്റെ മൂന്ന് മക്കളെ സ്നേഹിച്ചു. ഞാൻ വീട്ടിലെ ഇളയവനായിരുന്നു, എന്റെ സഹോദരി എന്നേക്കാൾ മൂത്തതാണ്, എന്റെ സഹോദരൻ എന്റെ സഹോദരിയേക്കാൾ മൂത്തതാണ്.

പപ്പ എനിക്കായി എന്തെങ്കിലും കൊണ്ടുവരുന്ന ദിവസത്തിനായി ഞാൻ ഇപ്പോഴും കാത്തിരിക്കുകയാണ്. ആ ശബ്ദം കേൾക്കാൻ എന്റെ കാതുകൾ കൊതിക്കുന്നു. എന്നാൽ എന്തൊക്കെ പോയാലും തിരിച്ചുവരില്ല എന്നാണ് പറയപ്പെടുന്നത്. എല്ലാവരോടും ഞാൻ അഭ്യർത്ഥിക്കുന്നു, നിങ്ങൾ നിങ്ങളുടെ അമ്മയെയും അച്ഛനെയും പരിപാലിക്കുക, ഇത് മാതാപിതാക്കളെ നിരസിക്കുന്ന ആളുകൾക്ക് വേണ്ടിയാണ്, ലോകത്ത് ഒരേയൊരു

ദൈവമേയുള്ളൂ, അമ്മയും അച്ഛനും.

ഞാൻ ഒരുപാട് സമ്പാദിക്കണമെന്നായിരുന്നു അച്ഛന്റെ ആഗ്രഹം. എന്റെ പശ്ചാത്താപം ഇവിടെ മാത്രം നിലനിൽക്കും, എന്നെ നയിക്കുന്ന അച്ഛൻ എന്നോടൊപ്പമില്ല. പക്ഷേ, അച്ഛൻ എന്റെ ഉള്ളിൽ കുളിക്കുമെന്ന് ഞാൻ വിശ്വസിക്കുന്നു. അത് എപ്പോൾ വരുമെന്ന് ആർക്കറിയാം. ഒരു ദിവസം ഇവിടെ അച്ഛന് സംഭവിച്ചു. അഞ്ചാറു ദിവസമായി അച്ഛന് പനി ഉണ്ടായിരുന്നു. പല ആശുപത്രികളിലും കൊണ്ടുപോയെങ്കിലും ആരും ചികിൽസിച്ചില്ല, അച്ഛന് നേരിയ ന്യൂമോണിയ ആയിരുന്നു, ലോകം മുഴുവൻ കൊറോണയുടെ നിഴൽ പരക്കുന്നുണ്ടെന്ന് നിങ്ങൾക്കറിയാമായിരുന്നു.

ഭയം കാരണം ഡോക്ടർമാർ അച്ഛനെ ചികിത്സിച്ചില്ല. ന്യൂമോണിയ നിസാരമായിരുന്നു, പനി ആറു ദിവസം നീണ്ടുനിന്നു. അവസാനം അച്ഛനെ അഡ്മിറ്റ് ചെയ്തു. ഇനി നിന്റെ അച്ഛന് സുഖമാകുമെന്ന് ഡോക്ടർമാർ പറഞ്ഞു തുടങ്ങി. അച്ഛൻ ആരോഗ്യവാനായിരിക്കുമെന്ന് ഞങ്ങൾക്കും ഉറപ്പായിരുന്നു.

ജൂൺ നാലിന് രാത്രി 12 മണിയോടെ അച്ഛന് ഹൃദയാഘാതമുണ്ടായി. ഡോക്ടർ പരമാവധി ശ്രമിച്ചെങ്കിലും അച്ഛനെ രക്ഷിക്കാനായില്ല. ഞങ്ങളെ സഹായിക്കാൻ ഇപ്പോൾ ആരുമില്ല. എല്ലാവരും എന്നെ കളിയാക്കുന്നു, നിങ്ങൾക്ക് ഒന്നും ചെയ്യാൻ കഴിയില്ലെന്ന്. പക്ഷെ ആ ആളുകളെ ഞാൻ അത്ര ശ്രദ്ധിച്ചില്ല. ഇനി ഞാൻ സാറിനോട് എന്താണ് പറയേണ്ടത്?

സന്ത് ജ്ഞാനേശ്വർ മഹാരാജ്: ഖേർ ഛോഡോൺ കാൽ കണ്ട താങ്കളെ കുറിച്ച് അറിയുന്നതിൽ വളരെ സങ്കടമുണ്ട്. അവൻ നിങ്ങളോടൊപ്പമില്ലെന്ന് നിങ്ങൾ കരുതരുത്. അവൻ എപ്പോഴും നിങ്ങളോടൊപ്പമുണ്ടാകും. പോകൂ മകനേ,

വിശ്രമിക്കൂ, വീട്ടിലേക്ക് പോകൂ.

വിവേക് കുമാർ പാണ്ഡെ: അതെ

(വിശുദ്ധ ജ്ഞാനേശ്വർ മഹാരാജ് കുളത്തിലേക്ക് ശബ്ദം ഉയർത്തി.)

പോഖർ: സർ, നിങ്ങൾ എന്നെ വിളിച്ചു.

സന്ത് ജ്ഞാനേശ്വർ മഹാരാജ്: അല്ല, ഈ ലോകം എത്ര വിചിത്രമാണ് എന്ന് ഞാൻ ചിന്തിക്കുകയായിരുന്നു. മാംസം ഭക്ഷിക്കുന്നതിനും മൃഗത്തെ കൊല്ലുന്നതിനും എന്തെങ്കിലും സൂത്രവാക്യം നൽകുക, അത് ഭക്ഷിക്കുന്നതിന്റെ പ്രതിഫലം ഭയങ്കരമാണ്. മനുഷ്യജീവിതം പ്രാപിച്ച ഒരു ജീവി മറ്റ് ജീവജാലങ്ങളോട് കരുണ കാണിക്കണം. മനുഷ്യന്റെ ഭക്ഷണക്രമം മൃഗങ്ങളുടെ കരച്ചിൽ, കരച്ചിൽ, രോഗങ്ങൾ എന്നിവയിൽ നിന്ന് മുക്തമാകണം.

രാവണൻ നൂറു കലം വീഞ്ഞും പല ആടുകളുടെ മാംസവും ഭക്ഷിച്ചിരുന്നു, രാവണൻ രാക്ഷസൻ എന്ന് വിളിക്കപ്പെട്ടു. ഇന്നത്തെ കാലത്ത് ദൈവകൽപ്പനയായി നാവിന്റെ രുചി പറഞ്ഞ് എല്ലാ മതസ്ഥരും ജീവികളെ കൊന്ന് മാംസം കഴിക്കുന്നു.

അയ്യോ വിഡ്ഢി ജീവി! രാമനും കൃഷ്ണനും മൃഗത്തിന്റെയോ കോഴിയുടെയോ അസ്ഥി ചവയ്ക്കുന്നത് നിങ്ങൾ എപ്പോഴെങ്കിലും കണ്ടിട്ടുണ്ടോ? ഗുരു നാനാക്ക് ദേവ് ജിയും മുഹമ്മദ് ജിയും മാംസം കഴിക്കുന്നത് ഏത് സ്വപ്നത്തിലാണ് നിങ്ങൾ കണ്ടത്? മനുഷ്യാ, നിങ്ങൾ ഒരു മൃഗത്തിന് പോലും താഴെയായി. മനുഷ്യജീവിതം കർമ്മം ഉണ്ടാക്കുന്നതായി കണ്ടെത്തി, നിങ്ങൾ എല്ലാ ദിവസവും കർമ്മത്തെ നശിപ്പിക്കുന്നു.

ഒരു ജീവിയെ കൊന്നതിന് ശേഷം അത് കഴിക്കുന്നവരിൽ കരുണയില്ല, അതിനാൽ മൃഗത്തെ കൊല്ലുന്നവനെ കശാപ്പുകാരൻ എന്നും തിന്നുന്നവനെ മാംസഭോജിയെന്നും

വിളിക്കുന്നു.

മാംസം ഭക്ഷിക്കുന്നവർ, വിശദീകരിച്ചിട്ടും വിശ്വസിക്കുന്നില്ല, അവർ മഹാപാപം ചെയ്തവരാണ്, അവർ ഭയങ്കരമായ നരകത്തിൽ വീഴും, കാരണം പശു, മാൻ, കോഴി മുതലായ ഏത് മൃഗത്തിന്റെയും മാംസം. അത് മാത്രമാണ് ഞാൻ ചിന്തിച്ചത്.

പോഖർ: സർ, നിങ്ങളുടെ വാക്കുകളെല്ലാം ശരിയാണ്, എന്നാൽ ഈ വിചിത്രമായ ആളുകളെ ആരാണ് വിശദീകരിക്കേണ്ടത്.

സന്ത് ജ്ഞാനേശ്വർ മഹാരാജ്: പൾസയിൽ നിന്ന് മോചിതരായ ആത്മാക്കൾ വീണ്ടും ഭൂമിയിലേക്ക് പോകും.

കുളക്കര: സർ, ആ ജീവികൾ വീണ്ടും അപകടത്തിലാകും. മനുഷ്യർ അവരോട് കരുണ കാണിക്കില്ല. അവർക്കുവേണ്ടി നമ്മൾ എന്തെങ്കിലും ചെയ്യണം.

സന്ത് ജ്ഞാനേശ്വർ മഹാരാജ്: ഇല്ല, ഞങ്ങൾ ഒന്നും ചെയ്യേണ്ടതില്ല.

പോഖർ: അപ്പോൾ നമ്മൾ അവരെ ഇങ്ങനെ മരിക്കാൻ അനുവദിക്കുമോ?

സന്ത് ജ്ഞാനേശ്വർ മഹാരാജ്: എന്ത് സംഭവിക്കുമെന്ന് സമയം തീരുമാനിക്കും.

പൊട്ടൽ: അപ്പോൾ എല്ലാം കൃത്യസമയത്ത് ശരിയാകുമോ?

സന്ത് ജ്ഞാനേശ്വർ മഹാരാജ്: സമയം എല്ലാം നിശ്ചയിക്കും. ഇന്ന് ഞാൻ ഒരാളെ കണ്ടു. വിവേക് എന്നായിരുന്നു അവന്റെ പേര്.

പോഖർ: സർ, നിങ്ങൾ എല്ലാ ദിവസവും പുതിയ ആളുകളെ കണ്ടുമുട്ടുന്നു.

സന്ത് ജ്ഞാനേശ്വർ മഹാരാജ്: എന്നാൽ ഈ വ്യക്തിയെ ഞാൻ ഏറ്റവും മികച്ചവനായി കണ്ടെത്തി. അദ്ദേഹത്തിന്റെ സംസാരരീതി മധ്യവും മധുരവുമായിരുന്നു. അവിടെ

കാലചക്രം മാറും.

പോഖർ: സർ, ഞാൻ ഇപ്പോൾ ഉറങ്ങാൻ പോകുന്നു.

സന്ത് ജ്ഞാനേശ്വർ മഹാരാജ്: നിങ്ങൾ വെറുതെ ഉറങ്ങുക. നമ്മെ ആശങ്കപ്പെടുത്തുന്ന ഒരു വശമുണ്ട്.

പോഖർ: സർ, ദയവായി എന്നോട് പറയൂ.

സന്ത് ജ്ഞാനേശ്വർ മഹാരാജ്: പാൽസ മുക്തമാകുന്ന ദിവസം, ആ അസുരനും സ്വതന്ത്രനാകും.

പോഖർ: എന്നാൽ അവൻ മരിച്ചാൽ പിന്നെ എങ്ങനെ ജനിക്കും?

സന്ത് ജ്ഞാനേശ്വർ മഹാരാജ്: അവൻ മരിച്ചു, പക്ഷേ അവന്റെ ആത്മാവ് ഇപ്പോഴും ജീവിച്ചിരിക്കുന്നു. അവൻ സ്വതന്ത്രനാകുമ്പോൾ, അവൻ നാശത്തിന്റെ ഒരു രതിമൂർച്ഛ സൃഷ്ടിക്കും.

പോഖർ: അപ്പോൾ നമുക്ക് അവനെ തടയണം, സർ, അല്ലെങ്കിൽ അവൻ പൾസയെപ്പോലെ സ്വർഗ്ഗം നശിപ്പിക്കും.

സന്ത് ജ്ഞാനേശ്വർ മഹാരാജ്: പൽസനെ മോചിപ്പിക്കുന്നവൻ ആ രാക്ഷസനെയും കൊല്ലും.

പോഖർ: പൾസയെ മോചിപ്പിക്കുന്നവൻ അവിടെ ആ രാക്ഷസനെ കൊല്ലും.

സന്ത് ജ്ഞാനേശ്വർ മഹാരാജ്: അതെ.

പോഖർ: സർ, എനിക്ക് നിങ്ങളോട് ഒരു കാര്യം ചോദിക്കാനുണ്ട്, പക്ഷേ നിങ്ങൾക്ക് വിരോധമില്ലെങ്കിൽ.

സന്ത് ജ്ഞാനേശ്വർ മഹാരാജ്: ചോദിക്കൂ, എനിക്ക് എതിർപ്പില്ല.

പോഖർ: നിങ്ങൾ എന്തിനാണ് മനുഷ്യരെ സഹായിക്കുന്നത്? കഠിനാധ്വാനം കൊണ്ട് അവൻ തന്റെ ജീവിതം വിജയകരമാക്കുമെന്ന് ചിലപ്പോൾ നിങ്ങൾ പറയും. ചിലപ്പോൾ നിങ്ങൾ അവരെ സഹായിക്കും. അങ്ങനെയുള്ള ആരെങ്കിലും?

സന്ത് ജ്ഞാനേശ്വര് മഹാരാജ്: ഭക്തരെ സഹായിക്കേണ്ടത് എന്റെ കടമയാണ്. എല്ലാ ജീവജാലങ്ങളും പൽസത്തിൽ നിന്ന് മുക്തമാകുന്ന ദിവസം, അതേ ദിവസം ഞാൻ എന്റെ വാസസ്ഥലത്തേക്ക് പോകും. മനുഷ്യർ എത്ര വിചിത്രരാണ്, അവരെ മനസ്സിലാക്കാൻ പ്രയാസമാണെന്ന് ഞാൻ എപ്പോഴും കരുതുന്നു.

പോഖർ: അപ്പോൾ നിങ്ങൾ നിങ്ങളുടെ ഭക്തരിൽ മാത്രം വിശ്വസിക്കുന്നുവെങ്കിൽ എന്തുകൊണ്ട് നിങ്ങളുടെ സജീവ രൂപം കാണിക്കുന്നില്ല. നീ എന്തിനാണ് മഹാരാജന്റെ രൂപത്തിൽ ഇരിക്കുന്നത്? കർത്താവേ, നിങ്ങൾ ദൈവമാണ്, എന്തുകൊണ്ടാണ് നിങ്ങൾ സ്വയം ഇത്രയധികം ബുദ്ധിമുട്ടുകൾ നൽകുന്നത്.

സന്ത് ജ്ഞാനേശ്വർ മഹാരാജ്: ഞാൻ എല്ലാവരെയും പരീക്ഷിക്കുന്നു, അതുപോലെ എന്റെ ഭക്തരെയും ഞാൻ പരീക്ഷിക്കുന്നു. അവൻ എനിക്ക് വേണ്ടി ഒരുപാട് കഷ്ടപ്പെടുന്നു. അവരുടെ ആഗ്രഹം ഞാൻ നിറവേറ്റാം, ഞാൻ അത്ര ക്രൂരനല്ല.

പുഡല്ർ: നിങ്ങൾ എന്താണ് ചിന്തിക്കുന്നത്? മാംസം കഴിച്ച് നിന്നെ ആരാധിക്കുന്നവൻ നിന്നോട് എന്തെങ്കിലും ചോദിക്കാൻ ആഗ്രഹിക്കുന്നു, നീ അത് നിറവേറ്റുമോ?

സന്ത് ജ്ഞാനേശ്വർ മഹാരാജ്: തീർച്ചയായും ചെയ്യും. മൃഗങ്ങൾക്കും ഒരു ജീവനുണ്ട്, അവർക്കും ഒരു ജീവനുണ്ട്, അവർക്കും കുടുംബമുണ്ട്, പക്ഷേ മനുഷ്യനോട് ആരാണ് വിശദീകരിക്കുക, അവൻ അവന്റെ കടമ ചെയ്യുന്നു, ഞാൻ എന്റെ കടമയാണ് ചെയ്യുന്നത് എന്ന് ആ ആളുകൾക്ക് മനസ്സിലാകുന്നില്ല. ഈ ഭൂമിയിലുള്ള എല്ലാ ജീവജാലങ്ങളെയും ഞാൻ എന്റെ ലോകത്തേക്ക് കൊണ്ടുപോകുമെന്ന് മാത്രമാണ് ഞാൻ ചിന്തിക്കുന്നത്. അയാൾക്ക് സുരക്ഷിതവും സമാധാനപരവുമായ ജീവിതം

നയിക്കാൻ കഴിയുന്നിടത്ത്. പാപത്തിന്റെ കലം നിറഞ്ഞാൽ ഞാൻ ഈ ലോകത്തെ നശിപ്പിക്കും.

പോഖർ: ഞാൻ നിങ്ങളെ കർത്താവെന്നോ മഹാരാജെന്നോ വിളിക്കണോ?

സന്ത് ജ്ഞാനേശ്വർ മഹാരാജ്: നിങ്ങൾ ആഗ്രഹിക്കുന്നതെന്തും. ഈ ലോകത്തിലെ എല്ലാ ജീവജാലങ്ങൾക്കും അവരുടെ ജീവിതം നയിക്കാൻ അവകാശമുണ്ടെന്ന് ഭഗവദ് ഗീതയിൽ എഴുതിയിരിക്കുന്നു. അവരിൽ നിന്ന് അവരുടെ അവകാശങ്ങൾ എടുത്തുകളയാൻ ആർക്കും കഴിയില്ല.

കുളം: കർത്താവേ, അപ്പോൾ എല്ലാ ജീവജാലങ്ങൾക്കും ഒരു അപകടമുണ്ട്, ഈ ഭൂമിയിൽ, അവ അവരുടെ ആളുകളോടൊപ്പം മാത്രമേ നടക്കുന്നുള്ളൂ, അപ്പോൾ മനുഷ്യർക്ക് ജീവജാലങ്ങളുടെ പ്രാധാന്യം എന്താണെന്ന് അറിയാം.

സന്ത് ജ്ഞാനേശ്വർ മഹാരാജ്: അവൻ എപ്പോഴെങ്കിലും മനസ്സിലാക്കും, പക്ഷേ അപ്പോഴേക്കും അത് വളരെ വൈകും. എന്നെ സംബന്ധിച്ചിടത്തോളം എല്ലാ മനുഷ്യരും ഒന്നാണ്. നാളെ നിങ്ങൾ ഒരു പ്രത്യേക ജോലി ചെയ്യണം. നാളെ നേരത്തെ എഴുന്നേൽക്കൂ. (ആകുലതയോടെ)

പോഖർ: കർത്താവേ, അങ്ങയുടെ കൽപ്പനപ്രകാരം ഞാൻ നാളെ അതിരാവിലെ എഴുന്നേൽക്കും. എല്ലാ ജീവികളും മൃഗങ്ങളും മൃഗങ്ങളും പൾസയിൽ തടവിലായതിനാൽ മനുഷ്യർ ഇപ്പോൾ അറിഞ്ഞിരിക്കണം.

സന്ത് ജ്ഞാനേശ്വർ മഹാരാജ്: നിങ്ങൾ പറഞ്ഞത് ശരിയാണ്, മൃഗങ്ങൾ തങ്ങൾക്ക് എത്ര പ്രധാനമാണെന്ന് ഈ സമയത്ത് മനുഷ്യർ മനസ്സിലാക്കും. ഇപ്പോൾ പോയി ഉറങ്ങൂ.

(അടുത്ത ദിവസം)

(നഗരത്തിലും ഗ്രാമത്തിലും ഒരിടത്തും ഒരു മൃഗവും മൃഗവും കാണുന്നില്ല. ഈ ഭൂമിയിലെ ജീവികൾ അവസാനിച്ചുവെന്ന് എല്ലാവർക്കും തോന്നിത്തുടങ്ങി. പക്ഷേ ഇതെല്ലാം മഹാവിഷ്ണു സൃഷ്ടിച്ചതാണോ അതോ കളിയാണോ എന്ന് ആർക്കറിയാം. എല്ലാ വാർത്താ ചാനലുകളും എല്ലാ പത്രങ്ങളിലും ഒരേ വാർത്തയാണ് കാണിക്കുന്നത്, മൃഗങ്ങളും മൃഗങ്ങളും എല്ലാം ഇവിടെ എവിടെയാണ് അവസാനിച്ചത്, മനുഷ്യർ മൃഗങ്ങൾക്കെതിരെ കുറ്റകൃത്യങ്ങൾ ചെയ്യുകയാണെന്ന് ഞാൻ കരുതുന്നു, അതിനാലാണ് അവയെല്ലാം അവസാനിച്ചത്.

നിരവധി കർഷകർ പ്രശ്നങ്ങൾ നേരിട്ടു. വള്ളി ഇല്ലാതെ വയലിലെ പണി എങ്ങനെ നടക്കും? പശുവില്ലാതെ നമുക്ക് എങ്ങനെ പാൽ കിട്ടും, ആ പാവങ്ങളോട് നമ്മൾ കുറ്റം ചെയ്യുകയാണെന്ന് എല്ലാ ആളുകൾക്കും തോന്നിത്തുടങ്ങി. ദൈവമേ, ഞങ്ങൾ ചെയ്ത തെറ്റ് ഞങ്ങളോട് ക്ഷമിക്കേണമേ, ആ ജീവജാലങ്ങളോട് ഞങ്ങൾ ഒരിക്കലും കുറ്റം ചെയ്യില്ല എന്ന് ദൈവത്തോട് പ്രാർത്ഥിച്ചു. ഞങ്ങളോട് ക്ഷമിക്കേണമേ

.

(നമുക്ക് പൽസയിലേക്ക് പോകാം, അവിടെ താരഖിയുടെ കുടുംബാംഗങ്ങൾ അവരുടെ ജീവിതം വെട്ടിമുറിക്കുകയാണ്)

അന്താരി: അമ്മേ, ഇപ്പോൾ എഴുന്നേൽക്കൂ, രാവിലെയായി. എഴുന്നേറ്റു എന്ന പേര് ആരും എടുക്കാത്ത വിധം എല്ലാവരും മടിയന്മാരായി. ആരും ഉണർന്നില്ലെങ്കിലും സാരമില്ല അച്ഛാ ഞാൻ ഈ കുളത്തിൽ കുളിക്കാൻ പോകുന്നു.

താരഖി: ശ്രദ്ധയോടെ പോകേണ്ട ആഴം ഇതിൽ ഏറെയുണ്ട്. കരയിൽ തങ്ങുമ്പോൾ കുളിക്കുക.

അന്താരി: നീ ഉറങ്ങുകയായിരുന്നു. നിങ്ങൾ ഉറങ്ങുകയായിരുന്നു, പിന്നെ എങ്ങനെ സംസാരിക്കുന്നു? ഞാൻ എണീക്കുമ്പോൾ ആരും എഴുന്നേൽക്കുന്നില്ല എന്ന

പേര് എടുക്കുന്നില്ല, ഞാൻ കുളിക്കാൻ പോകുന്നുവെന്ന് പറഞ്ഞപ്പോൾ നിങ്ങൾ ഉത്തരം നൽകുന്നു.

താരാഖി: കാരണം നീ എന്നിൽ നിന്ന് അകന്നു പോവുകയാണെന്ന് ഞാൻ പറഞ്ഞു. അച്ഛന് മാത്രമേ അറിയൂ. ഞാൻ നിന്നെ ഓർത്ത് വല്ലാതെ വിഷമിക്കുന്നു അതുകൊണ്ടാണ് ഞാൻ പറഞ്ഞത്. വേഗം കുളിച്ചു വരൂ.

ധിഭാൻ: നിങ്ങൾ അച്ഛനും മകളും രാവിലെ മുതൽ കിച്ചടി പാചകം ചെയ്യുന്നു. ഒരിക്കലും സമാധാനത്തോടെ ഉറങ്ങാൻ അനുവദിക്കരുത്. ഇപ്പോൾ പോകൂ, കുശുകുശുക്കരുത്, ഭക്ഷണം കൊണ്ടുവരൂ, എനിക്ക് വിശക്കുന്നു.

താരാഖി: അതുകൊണ്ടാണ് ഞാൻ ആദ്യം നേരത്തെ എഴുന്നേൽക്കാൻ പറയുന്നത്. എന്നാൽ നിങ്ങൾ വെറുംകൈയോടെ ഉറങ്ങുകയാണ്.

ധിഭൻ: വീണ്ടും നാടകം, എനിക്ക് വിശക്കുന്നു, ഇത് ചാറ്റിംഗ് ആണ്. പോയി എനിക്ക് ഭക്ഷണം കൊണ്ടുവരൂ.

താരഖി: ഞാൻ ഭക്ഷണം കൊണ്ടുവന്ന് കഴിച്ചു, പക്ഷേ നേരത്തെ കുളിച്ചാൽ നന്നായിരുന്നു. വിധാൻ ഇപ്പോഴും ഉറങ്ങുകയാണ്.

ദിഭാൻ: എഴുന്നേൽക്കൂ മകളേ, രാവിലെയായി.

വിധന: അതെ അമ്മായി. എവിടെയാണ് വ്യത്യാസം?

താരഖി: അന്താരി കുളത്തിൽ കുളിക്കാൻ പുറത്തേക്ക് പോയിരിക്കുന്നു. നീയും വരരുത്.

നിയമനിർമ്മാണം: അതെ

താരഖി: ഇനിയും എത്ര ദിവസം ഈ കാട്ടിൽ തങ്ങേണ്ടി വരുമെന്ന് എനിക്കറിയില്ല.

ധിഭാൻ: നിങ്ങൾ എത്ര ദിവസം താമസിച്ചാലും ഞങ്ങൾ ഇവിടെ താമസിക്കും. നിങ്ങളുടെ പ്രവർത്തനങ്ങൾക്ക് ഞങ്ങൾ പണം നൽകണം.

താരഖി: നിനക്ക് വീണ്ടും ദേഷ്യം വന്നു. ദേഷ്യപ്പെടരുത്, ഞങ്ങൾ എപ്പോഴെങ്കിലും ഇവിടെ നിന്ന് പോകും.

(അപ്പോൾ പുറത്ത് നിന്ന് അപരിചിതമായ ശബ്ദങ്ങൾ വന്നു തുടങ്ങി. ഞാൻ പുറത്തിറങ്ങിയപ്പോൾ മരങ്ങളും ചെടികളുമെല്ലാം കരിഞ്ഞുതുടങ്ങി.)

താരാഖി: അന്താരി, വിധനാ, വേഗം വരൂ. നിങ്ങൾ രണ്ടുപേരും ഒരുപാട് കുളിച്ചു.

ധിഭൻ: ഇപ്പോൾ എന്താണ് സംഭവിച്ചത്?

താരഖി: കാട്ടിൽ തീപിടുത്തം. ഇപ്പോൾ നമുക്കെല്ലാവർക്കും അതിജീവിക്കുക അസാധ്യമാണ്. ഈ തീ അണയ്ക്കാൻ പോലും നമുക്ക് കഴിയുന്നില്ല.

ധിഭൻ: ഉപേക്ഷിക്കരുത്. തീ കെടുത്തിക്കളയും.

(അവരുടെ വാദപ്രതിവാദം ഇങ്ങനെ തുടരുന്നു. മറുവശത്ത്, ധ്യാനം കഴിഞ്ഞ് സന്യാസി ജ്ഞാനേശ്വർ മഹാരാജ് എഴുന്നേറ്റപ്പോൾ. ആ മരം കണ്ടപ്പോൾ അദ്ദേഹം ആശ്ചര്യപ്പെട്ടു. അവൻ കുളത്തിലേക്ക് വിളിച്ചു.)

സന്ത് ജ്ഞാനേശ്വർ മഹാരാജ്: ഇപ്പോൾ ഞാൻ കരുതുന്നു. ഇവരെല്ലാം തിരിച്ചുവരുന്നത് അസാധ്യമായിരിക്കും.

പോഖർ: എന്ത് സംഭവിച്ചു കർത്താവേ.

സന്ത് ജ്ഞാനേശ്വർ മഹാരാജ്: ഈ പേരമരം പതുക്കെ ഉണങ്ങുന്നു. ഇത് പൂർണ്ണമായും വരണ്ടതാണെങ്കിൽ, എല്ലാ മൃഗങ്ങളും പൾസയിൽ കുടുങ്ങി. അവന് ഒരിക്കലും തിരിച്ചു വരാൻ കഴിയില്ല.

പോഖർ: എന്നാൽ നമുക്ക് എന്ത് ചെയ്യാൻ കഴിയും സർ? ഇല്ല ആരോടും പറയാം, ആരോടും പറയാം. ആരെങ്കിലും അറിയാതെ ഈ ജോലി ചെയ്താൽ മാത്രമേ ഈ ജോലി വിജയിക്കൂ. നമുക്ക് തന്നെ അതിന് വെള്ളം നൽകാൻ പോലും കഴിയില്ല.

സന്ത് ജ്ഞാനേശ്വർ മഹാരാജ്: ഈ വൃക്ഷം സാവധാനം ഉണങ്ങുകയാണെങ്കിൽ, സ്വർഗ്ഗലോകം പൾസയിൽ ക്രമേണ സന്തോഷിക്കുമെന്നും പൾസയിൽ അഗ്നി ഉണ്ടാകുമെന്നും നിങ്ങൾക്കറിയില്ല. അപ്പോൾ മനുഷ്യർക്കും മൃഗങ്ങൾക്കും ഭക്ഷണമൊന്നും അവശേഷിക്കില്ല. ഭക്ഷണമില്ലാതെ എല്ലാവരുടെയും ജീവൻ പോലും നഷ്ടപ്പെടും. എല്ലാം വെണ്ണീറാകും.

പോഖർ: കർത്താവേ, അത് സംഭവിക്കുന്നത് തടയാൻ ആർക്കും കഴിയില്ല. മരം ഇതുവരെ പൂർണമായി ഉണങ്ങിയിട്ടില്ല.

സന്ത് ജ്ഞാനേശ്വർ മഹാരാജ്: ഇനി നമുക്ക് സമയത്തിനായി കാത്തിരിക്കണം. ആരെങ്കിലും തീർച്ചയായും ഈ പ്രതിസന്ധിയിൽ നിന്ന് നമ്മെ മോചിപ്പിക്കും. നമ്മൾ മാത്രമല്ല, പ്രപഞ്ചത്തിലെ എല്ലാ ജീവജാലങ്ങളുടെയും ജീവൻ രക്ഷിക്കപ്പെടും.

പോഖർ: കർത്താവേ, നമ്മുടെ പശുക്കൾക്ക് ഒന്നും സംഭവിക്കില്ല, അല്ലേ?

സന്ത് ജ്ഞാനേശ്വർ മഹാരാജ്: അവർക്ക് ഒന്നും സംഭവിക്കില്ല, അവർ എന്റെ അഭയസ്ഥാനത്താണ്. കഴിക്കാൻ വല്ലതും കൊടുത്തോ ഇല്ലയോ?

പോഖർ: കർത്താവേ, ഞാൻ പശുക്കൾക്ക് ഭക്ഷണം നൽകി.

സന്ത് ജ്ഞാനേശ്വർ മഹാരാജ്: നിങ്ങൾ നഗരങ്ങളിൽ പോയി പാവപ്പെട്ട കുട്ടികൾക്ക് പഴങ്ങൾ വിതരണം ചെയ്തിട്ടുണ്ടോ ഇല്ലയോ? ഇല്ലെങ്കിൽ വേഗം പോകൂ അവർക്ക് വിശക്കും.

പോഖർ: ഞാൻ പോകാറായി. അപ്പോൾ നിങ്ങൾ എന്നെ ഓർമ്മിപ്പിച്ചു.

സന്ത് ജ്ഞാനേശ്വർ മഹാരാജ്: വേഗം പോകൂ അതുവരെ ഞാൻ കുടിലിന് പുറത്തുള്ള വരാന്തയിൽ ഇരിക്കാം.

(കുഴി വൃത്തിയാക്കിയ ശേഷം. വിവേക് കുമാർ ദൈവത്തെ കാണാൻ വന്നു. ഇന്ന് ആരും ഇല്ലെന്ന് വിവേക് കുമാർ കണ്ടു. ദർശനം കഴിഞ്ഞ് പോകുമ്പോൾ തന്നെ വെള്ളമില്ലാതെ പേരമരം ഉണങ്ങി കിടക്കുന്നത് കണ്ടു. ഹാഡ് ആകുമായിരുന്നു .)

വിവേക് കുമാർ പാണ്ഡേ: ആരും വെള്ളം ഒഴിച്ചില്ലെങ്കിൽ ഈ പേരമരം പൂർണമായും ഉണങ്ങും. ഇവിടെയുള്ള എല്ലാ മരങ്ങളും പച്ചയാണ്, ഒരു പേരമരം മാത്രം ഉണങ്ങിയതായി തോന്നുന്നു. ഈ മരം പച്ചയായി മാറാൻ ഞാനെന്താ അതിൽ വെള്ളം ചേർത്തുകൂടാ.

(ലോട്ടയിൽ വെള്ളമെടുത്ത് ആ മരത്തിൽ വയ്ക്കുക. വെള്ളം ഒഴിച്ചപ്പോൾ ആ മരം പെട്ടെന്ന് പച്ചപിടിച്ചു. ആ മരം വളരെ തിളങ്ങാൻ തുടങ്ങി. ഭഗവാൻ വിഷ്ണു (വിശുദ്ധ ജ്ഞാനേശ്വര് മഹാരാജ്) ഇതെല്ലാം വീക്ഷിക്കുകയായിരുന്നു.)

സന്ത് ജ്ഞാനേശ്വർ മഹാരാജ്: നിങ്ങൾ ഇന്ന് വലിയതും മഹത്തായതുമായ ഒരു ജോലി ചെയ്തിട്ടുണ്ട്. നിന്നിൽ ഞാൻ സന്തുഷ്ടനാണ്

വിവേക് കുമാർ പാണ്ഡേ: എന്നാൽ നിങ്ങൾ എന്നോട് പറയുന്നത് ഞാൻ എന്ത് ചെയ്തു, ഞാൻ ഒരു വലിയ ജോലി ചെയ്തു.

സന്ത് ജ്ഞാനേശ്വർ മഹാരാജ്: നിങ്ങൾ പ്രപഞ്ചത്തിലെ എല്ലാ ജീവജാലങ്ങളെയും മോചിപ്പിച്ചു. ഇനി ഒരു കാര്യം കൂടി ചെയ്യൂ, ഞാൻ നിനക്ക് ഒരു ആയുധം തരാം. ആ ആയുധം കൊണ്ട് ഒരു അസുരനെ നശിപ്പിക്കണം. അല്ലെങ്കിൽ അവൻ വീണ്ടും പാവപ്പെട്ട ജീവികളെ പീഡിപ്പിക്കും.

വിവേക് കുമാർ പാണ്ഡേ: സർ, എനിക്കൊന്നും മനസ്സിലാകുന്നില്ല. എന്തൊരു രാക്ഷസൻ, ഏതുതരം

ആയുധം, ഏതുതരം സ്വേച്ഛാധിപത്യം, അതേക്കുറിച്ച് നിങ്ങൾ എന്നോട് പറയൂ.

സന്ത് ജ്ഞാനേശ്വർ മഹാരാജ്: ആ വംശപരമ്പര പറയാൻ ഇപ്പോൾ പറ്റിയ സമയമല്ല. ഞാൻ പറയാൻ ഇരുന്നാൽ, ആ രാക്ഷസൻ വീണ്ടും ഓർജി ചെയ്യാൻ തുടങ്ങുന്നതിനുമുമ്പ് നിങ്ങൾ അവനെ അവസാനിപ്പിക്കണം.

വിവേക് കുമാർ പാണ്ഡെ: നിങ്ങൾ എന്താണ് പറയാൻ ശ്രമിക്കുന്നതെന്ന് എനിക്കറിയില്ല.

സന്ത് ജ്ഞാനേശ്വര് മഹാരാജ്: ഇതാണ് നിങ്ങളുടെ മുന്നിലുള്ള തിളങ്ങുന്ന വൃക്ഷം. അവന്റെ ഉള്ളിൽ കയറൂ, ഈ ആയുധം എടുത്ത് അവനെ വധശിക്ഷയ്ക്ക് വിധിക്കുക. നിങ്ങൾ പോയി ഈ ആയുധം കൊണ്ട് അവന്റെ തലയിൽ അടിച്ചാൽ മതി.

വിവേക് കുമാർ പാണ്ഡേ: നിങ്ങൾ പറയുന്നതുപോലെ, ഈ മരത്തിനുള്ളിൽ പ്രവേശിച്ച്, ആ ഭൂതത്തെ ഞാൻ നശിപ്പിക്കും. എനിക്ക് ഉത്തരവുകൾ തരൂ

സന്ത് ജ്ഞാനേശ്വര് മഹാരാജ്: ഗോ രാജവംശത്തിന്റെ ക്രമമാണ്. വിജയിയായി വരാൻ. ആ രാക്ഷസനെ കൊന്നുകഴിഞ്ഞാൽ ഉടൻ മടങ്ങിവരാൻ ഓർക്കുക.

(നമുക്ക് പൾസയിലേക്ക് പോകാം)

താരഖി: നോക്കൂ, തീ അണഞ്ഞു. നമുക്കെല്ലാവർക്കും പുറത്തു പോകാം.

ധിഭൻ: നോക്കൂ ആ വൃക്ഷം എത്ര തിളക്കമുള്ളതാണെന്ന്. നമുക്ക് അവന്റെ അടുത്തേക്ക് പോകാം. ഏതോ വാതിൽ പോലെ തോന്നുന്നു, ഇവിടെ നിന്ന് ഒരു വഴി കണ്ടെത്തിയതായി തോന്നുന്നു.

താരാഖി: അതെ നിങ്ങൾ പറഞ്ഞത് ശരിയാണ്. ഒരു പോംവഴി കണ്ടെത്തിയതായി തോന്നുന്നു. ഇതെല്ലാം ദൈവത്തിന്റെ കൃപയാണ്. നമുക്കെല്ലാവർക്കും വേഗം വരാം

അല്ലെങ്കിൽ ഈ വാതിൽ വീണ്ടും അപ്രത്യക്ഷമാകും, അപ്പോൾ നമ്മൾ ഇവിടെ തടവിലാകും.

വിധാന: അതെ, വേഗം പോകാം.

(എല്ലാവരും അവിടെ നിന്ന് പോകുന്നു. എല്ലാ മരങ്ങളും പിഴുതെറിഞ്ഞ് പൾസയെ നശിപ്പിക്കുകയായിരുന്നു അസുരൻ. വിവേക് കുമാർ പൾസയിലേക്ക് പ്രവേശിച്ചു. ഭൂതം വളരെ കോപിച്ചു.)

രാക്ഷസൻ: ആ ബാബയെ ഞാൻ വിടില്ല. അവൻ എന്നോട് തെറ്റ് ചെയ്തു.

വിവേക് കുമാർ പാണ്ഡെ: ഇവിടെ കണ്ടിട്ട് നിന്റെ അച്ഛൻ വന്നിരിക്കുന്നു.

രാക്ഷസൻ: അപ്പോൾ നീ എന്നെ തടവിലാക്കി ഈ സ്ഥലത്ത് നിർത്തി. ഞാൻ നിന്നെ ഇപ്പോൾ വിടില്ല.

വിവേക് കുമാർ പാണ്ഡെ: എന്തുകൊണ്ടാണ് അവൻ ഒരു കുട്ടിയെപ്പോലെ നിർബന്ധിക്കുന്നത്? തു പാഗൽ ഹേ ക്യാ ദേഖ് ഞാൻ 21-ാം നൂറ്റാണ്ടിലെ ഒരു വ്യക്തിയാണ്, നിങ്ങൾ പതിനേഴാം നൂറ്റാണ്ടിലെ ഒരു രാക്ഷസനാണ്. ഇപ്പോൾ അധികം ചാടരുത്, സ്വയം കാണുക, നിങ്ങൾ മൃഗങ്ങളെ മാത്രമേ ഭക്ഷിക്കുന്നുള്ളൂ, പക്ഷേ ഞാൻ രാക്ഷസന്മാരെ മാത്രമേ ഭക്ഷിക്കുന്നുള്ളൂ. ഇന്ന് നിങ്ങളുടെ ഊഴമാണ്.

രാക്ഷസൻ: ഞാൻ ഇപ്പോൾ നിങ്ങളോട് പറയുന്നു, നിർത്തൂ.

വിവേക് കുമാർ പാണ്ഡെ: നമുക്ക് പക്കാം പക്ഡായി കളിക്കാം, ആദ്യം നീ എന്നെ പിടിക്കൂ, പിന്നെ ഞാൻ നിന്നെ പിടിക്കും. ശരി, ഒരു കാര്യം പറയൂ, നിങ്ങൾക്ക് ബിസിനസ്സൊന്നുമില്ല, നിങ്ങൾ മൃഗങ്ങളെ മാത്രം ഭക്ഷിക്കുന്നു.

രാക്ഷസൻ: ഞാൻ ഒരു ഭൂതമല്ല. ഞാൻ ഒരു രാജാവാണ്.

വിവേക് കുമാർ പാണ്ഡെ: ഒരു രാജാവായതിനാൽ നിങ്ങൾ ഇതെല്ലാം ചെയ്യുന്നു. ഈ ഹീനകൃത്യം ചെയ്തതിൽ നിങ്ങൾക്ക് നാണമില്ല. നിങ്ങൾക്ക് കഴിക്കണമെങ്കിൽ പിസ്സയും ബർഗറും മഞ്ചൂരിയനും കഴിക്കൂ, പട്ടേലിന്റെ പയറുവർഗ്ഗങ്ങൾ കഴിക്കൂ.

രാക്ഷസൻ: നീ എന്താണ് പറയുന്നത്, എനിക്കൊന്നും മനസ്സിലാകുന്നില്ല.

വിവേക് കുമാർ പാണ്ഡെ: ഹേയ്, 21-ാം നൂറ്റാണ്ടിൽ ഞാൻ ഇതെല്ലാം മറന്നു. ഇതൊക്കെ എവിടുന്ന് കിട്ടാനാണ്? നിങ്ങൾ മൃഗത്തെ കൊല്ലുക.

രാക്ഷസൻ: ദേഷ്യം കൊണ്ടാണ് ഈ ജോലികളെല്ലാം ചെയ്യാൻ ഞാൻ നിർബന്ധിതനായത്.

വിവേക് കുമാർ പാണ്ഡെ: സത്യമായും മനുഷ്യാ, ഒരിക്കൽ നിങ്ങൾ പയർവർഗ്ഗങ്ങൾ കഴിച്ചാൽ, നിങ്ങൾ പറയും, കൊള്ളാം, എന്തൊരു രുചികരമായ ഭക്ഷണമാണ് ഞാൻ കഴിക്കേണ്ടത്. അല്ലങ്കിൽ ഒരു കാര്യം ചെയ്യ്, നീ എന്റെ കൂടെ എന്റെ വീട്ടിൽ വാ, ഞാൻ നിനക്ക് പയറുവർഗ്ഗങ്ങൾ തീറ്റി തരാം. നിങ്ങളുടെ കാലുകൾ എവിടെയാണ് കഴിക്കാൻ നിങ്ങൾ ആഗ്രഹിക്കുന്നത്, നിങ്ങൾ മൃഗങ്ങളെ കൊല്ലുന്നത് തുടരും.

(അപ്പോൾ വാതിലിൽ നിന്ന് ശബ്ദം ഉയർന്നു തുടങ്ങി. സന്ത് ജ്ഞാനേശ്വർ മഹാരാജ് ജി എവിടെയാണ് അവനെ കൊല്ലരുത്, പുറത്തു കൊണ്ടുവരിക.)

വിവേക് കുമാർ പാണ്ഡെ: ഞാൻ നിങ്ങളെ തടവിലാക്കിയിട്ടില്ല. നിന്നെ തടവിലാക്കിയവൻ പുറത്തു വാ എന്നു വിളിക്കുന്നു.

രാക്ഷസൻ: അല്ല നീ കള്ളം പറയുകയാണ്.

വിവേക് കുമാർ പാണ്ഡെ: ഇപ്പോൾ ഞാൻ അവിടെ പോകുമെന്നും അല്ലെങ്കിൽ ഞാൻ ഇവിടെ നടക്കുമെന്നും നടിക്കും.

രാക്ഷസൻ: നിൽക്കൂ, ഞാൻ പോകാം.

(പൾസയിൽ നിന്ന് പുറത്തിറങ്ങിയപ്പോൾ. പൾസയുടെ വാതിൽ അടഞ്ഞു. മഹാവിഷ്ണു സാധുവിന്റെ വേഷത്തിൽ നിൽക്കുന്നതായി അസുരൻ മനസ്സിലാക്കി.)

രാക്ഷസൻ: നന്ദി കർത്താവേ.

സന്ത് ജ്ഞാനേശ്വര് മഹാരാജ്: ആയുഷ്മാൻ ഭവ.

വിവേക് കുമാർ പാണ്ഡെ: ആ ബാബയെ ഉപേക്ഷിക്കില്ലെന്ന് ഞാൻ ഇപ്പോൾ ഒരുപാട് പറഞ്ഞുകൊണ്ടിരുന്നു, ഇവിടെ വരുന്നത് ബാബ ജിയെ സല്യൂട്ട് ചെയ്യുന്നു. നിങ്ങൾ വളരെ വേഗത്തിൽ മാറുകയാണ്.

സന്ത് ജ്ഞാനേശ്വർ മഹാരാജ്: പോകൂ, ഇന്ന് മുതൽ ഒരു മൃഗത്തെപ്പോലും നീ ഉപദ്രവിക്കില്ല. നിങ്ങൾ ശുദ്ധവും സസ്യാഹാരവും കഴിക്കും. എനിക്കൊരു വാക്ക് തരൂ

രാക്ഷസൻ: കർത്താവേ, ഞാൻ നിന്നോട് വാഗ്ദത്തം ചെയ്യുന്നു, ഞാൻ ഒരിക്കലും മൃഗങ്ങളെ ഉപദ്രവിക്കില്ല. മറിച്ച്, എനിക്ക് മൃഗങ്ങളോട് വളരെയധികം വാത്സല്യവും വാത്സല്യവും ഉണ്ടാകും.

സന്ത് ജ്ഞാനേശ്വർ മഹാരാജ്: ഇപ്പോൾ നിങ്ങൾക്ക് പോകാം.

രാക്ഷസൻ: കർത്താവേ, ഇപ്പോൾ ഞാൻ പോകുന്നു.

(ഭൂതം സ്വർഗത്തിലേക്ക് പോകുന്നു)

സന്ത് ജ്ഞാനേശ്വർ മഹാരാജ്: വാൻഷ് നിങ്ങൾ ഇന്ന് വളരെയധികം ധൈര്യം കാണിച്ചു, കൂടാതെ നിരവധി ജീവജാലങ്ങളുടെ ജീവൻ രക്ഷിക്കുകയും ചെയ്തു.

വിവേക് കുമാർ പാണ്ഡെ: ഇനി ചുരുക്കത്തിൽ പറയൂ.

സന്ത് ജ്ഞാനേശ്വര് മഹാരാജ്: ഒരു രാജാവുണ്ടായിരുന്നു, അവൻ തന്റെ സുഹൃത്തിനെ ക്ഷണിച്ചു, അവന്റെ സുഹൃത്ത് ആ രാജാവിനോട് പറഞ്ഞിരുന്നു, എനിക്ക് മാനിന്റെ മാംസം കഴിക്കണമെന്ന്, പക്ഷേ മാന് മാംസം ലഭിക്കാത്തതിനാൽ,

രാജാവിന്റെ സുഹൃത്ത് രാജാവിനോട് ഒരു കള്ളം പറഞ്ഞു. രാജാവിനെ അപമാനിച്ചു. രാജാവിന് എന്തും നേടാൻ കഴിയുന്ന അത്തരമൊരു ശക്തി ഉണ്ടായിരുന്നു. അവന്റെ തപസിൽ സന്തുഷ്ടനായ മഹാവിഷ്ണു അദ്ദേഹത്തിന് ഈ വരം നൽകി.

അവൻ കോപിച്ചു, പ്രപഞ്ചത്തിലെ എല്ലാ ജീവജാലങ്ങളോടും വരും നൂറ്റാണ്ടുകളിലെ എല്ലാ ജീവികളോടും ചോദിച്ചു, അവൻ എല്ലാ ജീവജാലങ്ങളെയും ഓരോന്നായി ഭക്ഷിക്കാൻ തുടങ്ങി, അപ്പോൾ അവിടെ ഒരു സന്യാസി മുനി ആ രാജാവിനെ കണ്ടു. നിങ്ങൾ എന്താണ് ചെയ്യുന്നത്, ഈ ജീവികൾ അവരെ കൊല്ലുന്ന നിങ്ങളോട് എന്താണ് ചെയ്തത് എന്ന് അദ്ദേഹം പറഞ്ഞു. മുനി കോപാകുലനായി ആ രാജാവിനെ ശപിച്ചു.

ആ ജീവികളെയും ആ രാജാവിനെയും പൽസയിൽ തടവിലാക്കി. ആ രാജാവ് മരിച്ചു. ഇന്ന് അവന്റെ ആത്മാവ് ദേവലോകിലേക്ക് പോയി, അതിനാലാണ് ഞാൻ നിന്നെ തടഞ്ഞത്, അവനെ കൊല്ലരുത്. എന്നെ ശപിച്ച മുനിയാണ് ഞാൻ.

(അന്ത്രി, ധിഭൻ, താരഖി, വിധാന എന്നിവർ കുറച്ച് സമയത്തിന് ശേഷം മഹാരാജിന്റെ മുന്നിൽ പ്രത്യക്ഷപ്പെട്ടു.)

ദിഭാൻ: നന്ദി സർ.

താരഖി: നന്ദി സർ.

സന്ത് ജ്ഞാനേശ്വര് മഹാരാജ്: ആയുഷ്മാൻ ഭവ. കഴിയുമെങ്കിൽ എന്നോട് ക്ഷമിക്കൂ, കാരണം ആ സമയത്ത് നിങ്ങൾ എന്നെ കാണാൻ വന്നതായി എനിക്കറിയില്ലായിരുന്നു. പക്ഷെ ഞാൻ പറഞ്ഞല്ലോ നീ വേഗം ആ പൾസയിൽ നിന്ന് കരകയറുമെന്ന്.

ഇപ്പോൾ നിങ്ങളുടെ കുടുംബാംഗങ്ങളെ കാണാൻ പോകുക, അവർ വളരെയധികം വിഷമിച്ചിരിക്കണം. പാവം

വിധന വർഷങ്ങളോളം ആ കാട്ടിൽ തനിച്ചായിരുന്നു.

നിയമനിർമ്മാണം: സർ.

സന്ത് ജ്ഞാനേശ്വർ മഹാരാജ്: നിങ്ങളോടൊപ്പം മറ്റ് പല മൃഗങ്ങളും സ്വതന്ത്രരായിത്തീർന്നതായി നിങ്ങൾക്കറിയാം. മനുഷ്യർ ജീവജാലങ്ങൾക്കെതിരെ കുറ്റകൃത്യങ്ങൾ ചെയ്യുന്നതിനാൽ എല്ലാ മൃഗങ്ങളെയും തടവിലാക്കി.

താരഖി: എന്റെ കർത്താവിൽ, ജീവജാലങ്ങളോടും മൃഗങ്ങളോടും ഞാനൊരിക്കലും കുറ്റം ചെയ്യുന്നില്ല. ആ ചിന്തകളിൽ ആരും കുറ്റം ചെയ്യരുത്. അവർക്കും ഒരു ജീവിതമുണ്ട്.

സന്ത് ജ്ഞാനേശ്വർ മഹാരാജ്: രാജവംശത്തിലേക്ക് പോകൂ, നിങ്ങളുടെ കുടുംബാംഗങ്ങൾ അവരുടെ വീടുകളിൽ നിങ്ങളെ കാത്തിരിക്കും.

താരഖി: സർ, നിങ്ങൾ നിങ്ങളുടെ വീട്ടിലേക്ക് പോകുന്നു.

(വിഷ്ണു തന്റെ അവതാരത്തിൽ വന്നു. സന്യാസിയുടെ ശരീരത്തിൽ നിന്ന് പുറത്തുവന്നതിന് ശേഷം അദ്ദേഹം പ്രത്യക്ഷപ്പെട്ടു.)

വിവേക് കുമാർ പാണ്ഡെ: നന്ദി വിഷ്ണു ദേവ്.

താരഖി: വിഷ്ണു ഭഗവാൻ നന്ദി.

ഭഗവാൻ വിഷ്ണു: ഇപ്പോൾ എനിക്കും പോകേണ്ട സമയമായി. നിങ്ങൾ എല്ലാവരും എപ്പോഴും സന്തോഷവാനായിരിക്കണമെന്ന് ഞാൻ ആഗ്രഹിക്കുന്നു.

(വിഷ്ണു അവന്റെ ലോകത്തേക്ക് പോയി. അതേ സമയം, ശേഷനാഗും വിഷ്ണുവിനൊപ്പം പോയി. എല്ലാവരും അവരവരുടെ വീടുകളിലേക്ക് പോയി. താരഖിയുടെ അച്ഛൻ മരിച്ചു.)

മഹാവിഷ്ണു: (ഭാര്യയിൽ നിന്ന്) ലോകത്ത് അതിക്രമങ്ങൾ വർദ്ധിച്ചു. കാണുന്നവൻ തന്നിൽത്തന്നെ വ്യാപൃതനാണ്. ഒരു മനുഷ്യൻ ഒരു ജീവിയെ കൊന്നാൽ

എനിക്ക് ഒട്ടും ശരിയല്ല.

മനുഷ്യർ ആത്മാവിനെ മനസ്സിലാക്കുന്നില്ല. അവർ തങ്ങളെ മാത്രം ശ്രദ്ധിക്കുന്നു. അവർക്ക് തങ്ങളുടെ പ്രിയപ്പെട്ടവരോട് അടുപ്പവും സ്നേഹവും മാത്രമേ ഉള്ളൂ. നാം ഒരിക്കലും ഒരു ജീവിയെ കൊല്ലരുത്. ഒരു ജീവിയെ കൊല്ലുന്നത് മഹാപാപമാണ്.

ഭൂമി മാതാവ്: ഭഗവാൻ ഏത് കർമ്മം ചെയ്താലും അതേ ഫലം ലഭിക്കും. ക്രമേണ എല്ലാ മനുഷ്യരും അസുരന്മാരായി മാറുകയാണ്. ഒരു ജീവിയെ കൊല്ലുന്നതിൽ അവർക്ക് ദയയില്ല. കർത്താവേ, പ്രപഞ്ചത്തിലെ എല്ലാ ജീവജാലങ്ങളെയും മൃഗങ്ങളെയും അങ്ങയുടെ സ്വർഗീയ ലോകത്തേക്ക് അയയ്ക്കുന്നു. അവൻ അവിടെ സുരക്ഷിതനായിരിക്കും, അവന്റെ ജീവിതം നയിക്കാം.

മഹാവിഷ്ണു: ഇത് കലിയുഗമാണ്. ഇവിടെയുള്ള ആളുകൾ വിചിത്രമാണ്. മനുഷ്യന്റെ അപരിചിതത്വം ആർക്കും മനസ്സിലാക്കാൻ കഴിയില്ല.

ഒരു ദിവസം ഈ ലോകത്ത് ഒരു ഹോളോകോസ്റ്റ് ഉണ്ടാകും. നാശത്തിന്റെ നാഴിക ഉറപ്പാണ്. മനുഷ്യൻ ഏതെങ്കിലും ജീവിയെ കൊന്നാൽ ഞാനും പ്രതിജ്ഞയെടുക്കുന്നു. അവൻ തന്നെ ശിക്ഷിക്കും.

അത് അങ്ങനെ തന്നെ പോകട്ടെ.

മാതാവ്: ഇപ്പോൾ ഞാൻ അനുഭവിക്കാൻ തുടങ്ങിയിരിക്കുന്നു. ഈ ലോകത്ത് വിജയിച്ച വ്യക്തിയാകാൻ ആരും ആഗ്രഹിക്കുന്നില്ല.

ഭഗവാൻ വിഷ്ണു: നല്ല സമയത്തിനായി കാത്തിരിക്കരുത്.

വിജയകരമായ ഒരു വ്യക്തിയുടെ മുഖമുദ്ര, അവർ ഒരിക്കലും അവരുടെ നല്ല സമയത്തിനായി കാത്തിരിക്കുന്നു എന്നതാണ്. അവർ ചെയ്യാൻ ആഗ്രഹിക്കുന്ന ജോലി മാത്രം ചെയ്യുന്നു, ആരെയും ആശ്രയിക്കുന്നില്ല.

മാതാവ്: സ്വാമി, ആ ഋഷികേശ് എവിടെയാണ്, അവനെ വിളിക്കൂ. അല്ലെങ്കിൽ കൈലാസനാഥൻ കോപിച്ച് പ്രപഞ്ചത്തെ നശിപ്പിക്കും.

ഭഗവാൻ വിഷ്ണു: ഞാൻ അവനെ വിളിക്കാൻ പോവുകയായിരുന്നു.

(വിശുദ്ധ ജ്ഞാനേശ്വർ മഹാരാജ് പ്രത്യക്ഷപ്പെട്ടു.)

സന്ത് ജ്ഞാനേശ്വർ മഹാരാജ്: കർത്താവിന് മഹത്വം, ഭൂമി മാതാവേ നിനക്ക് എന്റെ നമസ്കാരം.

ഭഗവാൻ വിഷ്ണു: ആയുഷ്മാൻ ഭവ. നിങ്ങൾ പോയി സ്വർഗ്ഗത്തിന്റെ താക്കോൽ കൈലാസ് നാഥിന് നൽകുക. അല്ലാത്തപക്ഷം അവൻ കോപിച്ചു ലോകം മുഴുവൻ നാശം സുനിശ്ചിതം.

സന്ത് ജ്ഞാനേശ്വർ മഹാരാജ്: സർ, കർത്താവേ, സ്വർഗ്ഗത്തിന്റെ താക്കോൽ അദ്ദേഹത്തിനു നൽകിയാണ് ഞാൻ വന്നത്.

ശങ്കർ ഭഗവാൻ: നിങ്ങൾ വരേണ്ടതില്ല. ഞാൻ തന്നെ നിങ്ങളുടെ മുമ്പിൽ പ്രത്യക്ഷപ്പെട്ടിരിക്കുന്നു. എന്തുകൊണ്ടാണ് നിങ്ങൾക്ക് പൾസയെ എല്ലാ ജീവജാലങ്ങളെയും മോചിപ്പിച്ചത്?

സന്ത് ജ്ഞാനേശ്വർ മഹാരാജ്: കർത്താവേ, ഞാനിപ്പോൾ നിങ്ങളോട് എന്താണ് പറയേണ്ടത്, ലോകത്തിൽ ജീവന്റെ ആവശ്യമുണ്ട്, അതിനാലാണ് ഞാൻ എല്ലാ ജീവജാലങ്ങളെയും പൾസയിൽ നിന്ന് മോചിപ്പിച്ചത്.

ശങ്കർ ഭഗവാൻ: മനുഷ്യരുടെ ആവശ്യം എന്താണ്, അവർക്ക് ജീവജാലങ്ങളില്ലാതെ ജീവിക്കാൻ കഴിയും. ജോലി കഴിയുമ്പോൾ, അവർ ആ നിരപരാധികളെ ഓർക്കുന്നു, അവർ പ്രവർത്തിക്കാത്തപ്പോൾ അവരെ കൊല്ലുന്നു. (കോപത്തോടെ)

മഹാവിഷ്ണു: കർത്താവേ, കോപിക്കരുത്. ഞാൻ നിങ്ങളോട് യോജിക്കുന്നു.

ഭഗവാൻ ശങ്കർ: പോയി, ആ സ്വർഗത്തിന്റെ വാതിൽ വീണ്ടും തുറന്ന്, ലോകത്തിലെ എല്ലാ ജീവജാലങ്ങളെയും സ്വർഗത്തിലേക്ക് തിരിച്ചയക്കുക. അവിടെ അവന് സമാധാന ജീവിതം നയിക്കാം.

സന്ത് ജ്ഞാനേശ്വര് മഹാരാജ്: കർത്താവേ, കോപിക്കരുത്. ഇനി ആ പാവം ജീവികൾ ഈ ഭൂമിയിൽ ജീവിക്കട്ടെ. ആരും മനുഷ്യനെ കൊല്ലില്ല.

ഭഗവാൻ ശങ്കർ: നിങ്ങൾ വാതിൽ തുറക്കാൻ പോകുകയാണോ അല്ലെങ്കിൽ ഞാൻ തന്നെ വാതിൽ തുറക്കണം. ദരിദ്രരോട് യുദ്ധം ചെയ്ത് ഭൂമിയെ മോചിപ്പിക്കാൻ ആ രാജാവിനെ ഭൂമിയിലേക്ക് അയയ്ക്കുക.

മഹാവിഷ്ണു: അത് കൈലാസനാഥാണ്. ഒരു വിധത്തിൽ പറഞ്ഞാൽ, ഒരു ജീവിയെ കൊല്ലുന്നത് പാപമാണ്, എന്നാൽ അഹങ്കാരത്തിന്റെ കലം മനുഷ്യരിൽ നിറയുകയാണ്. പാപത്തിന്റെ കലം നിറയുമ്പോൾ അവരെ അവിടെ വിടൂ, അപ്പോൾ എല്ലാ നാശവും ഉറപ്പാണ്.

ശങ്കർ ഭഗവാൻ: സാരമില്ല. അത് അങ്ങനെ തന്നെ പോകട്ടെ.

2

[പൾസയുടെ കഥ എന്തായിരുന്നു.അത് ആർക്കും അറിയില്ല. ഇന്ന് നമുക്ക് വിശദമായി അറിയാം.

[പൾസയുടെ കഥ എന്തായിരുന്നു.അത് ആർക്കും അറിയില്ല. ഇന്ന് നമുക്ക് വിശദമായി അറിയാം.

17-ാം നൂറ്റാണ്ടാണ്. മഹാനായ ഒരു രാജാവ് തപസ്സുചെയ്ത് മഹാവിഷ്ണുവിന്റെ ഹൃദയം നേടിയപ്പോൾ. മഹാവിഷ്ണു പ്രത്യക്ഷപ്പെട്ട് ആ രാജാവിനോട് രാജാവേ, നിനക്ക് എന്താണ് വേണ്ടത് എന്ന് ചോദിച്ചു. രാജാവ് ഒരു വരം ചോദിച്ചു.

എനിക്ക് എന്ത് വേണമെങ്കിലും എടുക്കാം. ദൈവം അദ്ദേഹത്തിന് ഒരു വരം നൽകി, നിങ്ങൾക്ക് ഒരു സമയത്ത് നിങ്ങൾക്ക് ആവശ്യമുള്ളത് ചോദിക്കാം, എന്നാൽ നിങ്ങൾ ചോദിക്കുന്നതെന്തും നിങ്ങൾക്ക് അത് സാധാരണ രൂപത്തിൽ ലഭിക്കില്ല, നിങ്ങൾക്ക് അത് വലിയ രൂപത്തിൽ ലഭിക്കും എന്ന് ഓർമ്മിക്കുക. ഞാൻ ഉദാഹരണത്തിലൂടെ പറയാം.

നിങ്ങൾ ആപ്പിൾ ചോദിച്ചുവെന്നിരിക്കട്ടെ, ഈ ലോകത്ത് വിജയിക്കാൻ ആപ്പിൾ ഉണ്ടാകും, അതെല്ലാം നിങ്ങൾക്ക് ലഭിക്കും. രാജാവ് പറഞ്ഞു ശരി ദൈവമേ. രാജാവിന് ഭക്ഷണത്തോട് വലിയ ഇഷ്ടമായിരുന്നു.

ഓരോ ദിവസവും അവർക്കായി പുതിയ വിഭവങ്ങൾ തയ്യാറാക്കി. ഒരു ദിവസം രാജാവ് തന്റെ സുഹൃത്തിനെ ക്ഷണിച്ചു. രാജാവിന്റെ സുഹൃത്ത് മാന് മാംസം കഴിക്കാൻ ആവശ്യപ്പെട്ടു. രാജാവ് അവരെ വിളിച്ച് തന്റെ പടയാളികളോട് മാനുകളെ വേട്ടയാടാൻ പോയി കൊണ്ടുവരാൻ പറഞ്ഞു.

പട്ടാളക്കാർ കാട്ടിൽ ഒരു മാനിനെപ്പോലും കാണുന്നില്ല, അവർ ചെന്ന് രാജാവിനോട് പറഞ്ഞു. ഞങ്ങൾ വേട്ടയാടാൻ പോയെങ്കിലും ഒരു മാനിനെ പോലും കണ്ടില്ല. രാജാവ് പടയാളികളോട് ദേഷ്യപ്പെട്ടു, മാനുകളെ വേട്ടയാടാൻ എവിടെനിന്നെങ്കിലും പോയി കൊണ്ടുവരൂ എന്ന് പറഞ്ഞു തുടങ്ങി.

മാനിനെ കണ്ടെത്തിയില്ലെങ്കിൽ നിങ്ങളുടെ എല്ലാവരുടെയും ജീവിതം ഞാൻ അവസാനിപ്പിക്കും. രാജാവിന്റെ സുഹൃത്തുക്കൾ പ്രജകളിലേക്ക് പ്രവേശിച്ചു, രാജാവ് തന്റെ സുഹൃത്തിനെ വളരെ ബഹുമാനത്തോടെ സ്വീകരിച്ചു. രാജാവ് സുഹൃത്തിനോട് പറഞ്ഞു, നമുക്ക് ആദ്യം ഭക്ഷണം കഴിക്കാം. 100-ലധികം വിഭവങ്ങളും രാജകീയ ഭക്ഷണങ്ങളും രാജാവ് തയ്യാറാക്കിയിരുന്നു. മാൻ മാംസം എവിടെയെന്ന് സുഹൃത്ത് ചോദിച്ചപ്പോൾ രാജാവ് മടിച്ചു പറഞ്ഞു: നോക്കൂ സുഹൃത്തേ, ഞാൻ എന്റെ എല്ലാ പ്രജകളുടെയും പടയാളികളെ അയച്ചു, പക്ഷേ ഒരു മാനിനെ പോലും കണ്ടെത്താൻ കഴിഞ്ഞില്ല. കഴിയുമെങ്കിൽ എന്നോട് ക്ഷമിക്കൂ.

രാജാവിന്റെ സുഹൃത്തിനെ ക്ഷുഭിതനായ അതിഥി എന്ന് വിളിച്ച് നിങ്ങൾ വലിയ അപമാനമാണ് ചെയ്തത്. മുഴുവൻ

പ്രജകളുടെയും മുന്നിൽ വെച്ച് രാജാവിനെ അവഹേളിച്ചു, അവിടെ നിന്ന് അവന്റെ സുഹൃത്തുക്കൾ പോയി.

ഈ അപമാനം രാജാവിനെ ഉള്ളിൽ നിന്ന് കുത്താൻ തുടങ്ങി. അവൻ തന്റെ പ്രജകളെയെല്ലാം ഒറ്റ ദിവസം കൊണ്ട് നശിപ്പിച്ച് വനത്തിലേക്ക് പോയി. കോപത്തിൽ അവൻ ലോകത്തെ ജയിച്ചവനായിരുന്നു. എല്ലാവരോടും ചോദിച്ചു. എല്ലാ ജീവജാലങ്ങളെയും ഓരോന്നായി തിന്നാൻ തുടങ്ങി. അപ്പോൾ മഹർഷി ഓരോരുത്തരായി പോകുമ്പോൾ ആ രാജാവിനെ കണ്ട് അത്ഭുതപ്പെട്ടു. മഹർഷി പറഞ്ഞു തുടങ്ങി, രാജാവേ, നീ എന്തിനാണ് ഈ ജീവികളെ ഭക്ഷിക്കുന്നത്. പോകൂ അല്ലെങ്കിൽ ഞാൻ നിന്നെയും തിന്നാം എന്ന് രാജാവ് പറഞ്ഞു. മഹർഷി കോപാകുലനായി, ബ്രഹ്മാസ്ത്രം ഉപയോഗിച്ച് ആ രാജാവിനെ കൊന്നു, എന്നാൽ ഇപ്പോൾ ഈ സൃഷ്ടികളെല്ലാം ഇവിടെ നിന്ന് എങ്ങനെ സ്വതന്ത്രരാകുമെന്ന് അദ്ദേഹം ചിന്തിക്കാൻ തുടങ്ങി.

വിവേക് കുമാർ പാണ്ഡെ രചിച്ച ഒരു സാങ്കൽപ്പിക കഥയാണിത്. ഈ പുസ്തകം എഴുതുമ്പോൾ ഒരു മതവും ജാതിയും സമൂഹവും സംസ്കാരവും മുറിവേറ്റിട്ടില്ല. ഇത് ഒരു എഴുത്തുകാരന്റെ കഥയാണ്.

നമ്മൾ എല്ലാവരും പുസ്തകങ്ങൾ വായിക്കണം. ഇന്ന് അച്ചരൻ കൂടെയുണ്ടായിരുന്നെങ്കിൽ ഒരുപാട് സന്തോഷിച്ചേനെ. ഇതിന്റെ എല്ലാ ക്രെഡിറ്റും അച്ചരന്റേതാണ്. അവൻ എപ്പോഴും എന്നെ പ്രചോദിപ്പിച്ചു. അവൻ എവിടെയായിരുന്നാലും എന്റെ ഹൃദയത്തിൽ എപ്പോഴും ഉണ്ടായിരിക്കും. നിങ്ങളെല്ലാവരും എന്നിൽ നിങ്ങളുടെ സ്നേഹം വർഷിച്ചുകൊണ്ടേയിരിക്കും. അത്തരം രസകരമായ കഥകൾ ഞാൻ നിങ്ങൾക്ക് അവതരിപ്പിക്കും. നന്ദി

9 798887 725697

Printed by Libri Plureos GmbH in Hamburg, Germany